Nhìn thấy và Say mê
Jêsus Christ

JOHN PIPER

Nhìn thấy và Say mê Jêsus Christ
Bản quyền © 2003 của Desiring God Foundation
Được xuất bản bởi Crossway, là Mục vụ xuất bản sách của Nhà xuất bản Good News
tại Wheaton, Illinois 60187, U.S.A.
Ấn phẩm nầy là hợp đồng xuất bản
do Crossway thực hiện.
Bản quyền đã được cấp phép.
Mọi hành vi sao chép hoặc in ấn dưới hình thức thương mại đều không được phép và phải thông qua đối tác đã được cấp phép của nhà xuất bản Crossway là Mục vụ Tiên Phong. Nếu vi phạm sẽ bị xử lý bằng pháp luật hiện hành.
Mục vụ Tiên Phong chuyển ngữ và xuất bản tài liệu Cơ Đốc để rao truyền sự vinh hiển của Đức Chúa Trời vì sự vui mừng của người Việt, đặc biệt là qua sự chịu khổ, trong Đức Chúa Jêsus Christ.
Xuất bản đầu tiên bằng tiếng Việt vào năm 2020.
Dịch giả: Daniel Doan
Thiết kế bìa: Mục vụ Tiên Phong
Các câu Kinh Thánh được trích dẫn từ Bản dịch Truyền thống 1926 và Bản dịch Truyền thống Hiệu đính 2010 do Thánh Kinh Hội cho phép sử dụng.

Các sách khác của John Piper
đã được chuyển ngữ sang tiếng Việt

Liều lĩnh là đúng
Đừng lãng phí cuộc đời
Vi-rút Corona và Đấng Christ
Hãy để mọi dân tộc reo vui
Đói khát Đức Chúa Trời
Khi tôi không khao khát Chúa
Kinh ngạc vì Đức Chúa Trời
Adoniram Judson

Quyển sách nầy để tưởng nhớ

*C.S. Lewis
và Clyde Kilby*

họ đã dạy tôi biết rằng vẫn còn nhiều thứ
cần phải thấy sau khi tôi nghĩ đã thấy hết rồi

Mục lục

Lời tựa dành cho độc giả 9
1. Nhìn thấy và say mê vinh hiển của Đức Chúa Trời ... 13
2. Chúa Jêsus là sự vinh hiển của Đức Chúa Trời 21
3. Sư tử và Chiên con 29
4. Niềm vui bền vững 37
5. Gió biển đều vâng lịnh Ngài 45
6. Đấng cao trọng hơn Sa-lô-môn 53
7. Sự nghèo khổ của Đấng không có tiếng tốt ... 61
8. Chịu khổ đến tột cùng 69
9. Được vinh hiển khi cứu rỗi tội nhân, chứ không phải đánh bại Sa-tan 77
10. Đức Chúa Trời giàu lòng thương xót bằng xương bằng thịt 85
11. Khía cạnh khó chịu 95
12. Sự sống bất diệt 105
13. Sự vinh hiển của Đức Chúa Trời rất lớn và Cứu Chúa chúng ta 113
Lời kết 121
Tác giả 129
Mục vụ Tiên Phong 131

Lời tựa dành cho độc giả

✝

Đức Chúa Jêsus Christ là ai? Đó là câu hỏi mà tôi sẽ trả lời. Nhưng mục tiêu của tôi không phải khiến bạn giữ thái độ hờ hững về Ngài. Làm vậy là rất tàn ác. Nhìn thấy và say mê Đức Chúa Jêsus Christ là những gì bạn cần phải làm trong đời nầy. Vì cõi đời đời tùy thuộc vào hành động ấy. Cho nên, mục tiêu của tôi đó là muốn bạn nhìn thấy Ngài là chân lý vững bền và say mê Ngài một cách vui sướng.

Khi tôi nói nhìn thấy Đức Chúa Jêsus Christ, tôi không có ý nói bạn phải nhìn thấy Ngài bằng mắt trần, mà bằng con mắt của lòng bạn. Khi Ngài sắp lìa khỏi thế gian mà trở về cùng Đức Chúa Cha, Chúa Jêsus đã phán rằng: "các ngươi sẽ chẳng thấy ta" cho đến khi các ngươi "sẽ thấy Con người…ngự giữa đám mây trên trời mà đến" (Giăng 16:17; Mác 14:62). Lúc ấy, mọi người sẽ thấy Ngài bằng mắt trần của họ. Còn bây giờ, Kinh Thánh nói rằng chúng ta bước đi bằng đức tin chứ chẳng phải bởi mắt thấy (2 Cô-rinh-tô 5:7). Ngài không còn ở thế gian để nhìn thấy bằng mắt trần nữa. Ngài đang ở trên trời cho đến khi Ngài sẽ trở lại để mọi người nhìn thấy.

Nhưng Kinh Thánh nói rằng chúng ta sẽ thấy Chúa Jêsus

bằng cách khác. Kinh Thánh nói về "con mắt của lòng anh em" (Ê-phê-sô 1:18). Kinh Thánh nói về "sự vinh hiển chói lói của Tin lành Đấng Christ, là ảnh tượng của Đức Chúa Trời" (2 Cô-rinh-tô 4:4). Chính Chúa Jêsus đã phán về hai góc nhìn nầy. Ngài phán điều đó với đám đông không thể hiểu được Lời của Ngài rằng: "vì họ xem mà không thấy" (Ma-thi-ơ 13:13). Chúng ta đang nhìn thấy mọi thứ bằng con mắt thuộc thể, một cách khác nữa là nhìn thấy mọi vật bằng con mắt thuộc linh. Khi chúng ta nhìn bằng con mắt thuộc linh, chúng ta sẽ thấy được chân lý, giá trị và sự đẹp đẽ của Đức Chúa Jêsus Christ. Vậy thì, người mù ngày hôm nay có thể nhìn thấy Đấng Christ rõ hơn những người không bị mù.

Ai cũng đọc được câu chuyện về Chúa Jêsus và "thấy" những miêu tả sinh động được vẽ lại bằng lời lẽ của những kẻ đã biết Ngài. Nhưng không phải ai cũng thấy được lẽ thật, giá trị đời đời và sự đẹp đẽ ấy đâu. Vài người chỉ thấy đó là chuyện hoang đường. Vài người khác lại thấy đó là sự dại dột. Vài người khác nữa chỉ thấy sự xúc phạm. "Vì họ xem mà không thấy". Giống như một đứa trẻ khi nhìn thấy họa sĩ Michelangelo thì sẽ nghĩ ngay đến truyện tranh.

Say mê Đức Chúa Jêsus Christ là hành động đáp ứng lại với góc nhìn thứ hai. Khi bạn thấy được một thứ có giá trị chân thực và vô cùng đáng giá, thì bạn sẽ say mê nó. Có nghĩa là bạn xem nó giống như một kho báu. Bạn tríu mến nó, ngưỡng mộ nó và coi nó là vô giá. Nhìn thấy bằng con mắt thuộc linh và say mê bằng tấm lòng thuộc linh cũng gần giống như khi chúng ta nói rằng: Nếu bạn không say mê Đấng Christ, thì bạn vẫn chưa thấy được Ngài thực sự là ai. Nếu bạn không tôn kính Ngài hơn mọi sự, thì bạn vẫn chưa biết giá trị thật của Ngài.

Mục tiêu của quyển sách nầy là giúp bạn nhìn thấy và say mê Đấng Christ. Cách duy nhất để điều nầy xảy ra đó là sử

Lời tựa dành cho đọc giả

dụng con mắt và lỗ tai thuộc thể của bạn, để nhìn thấy hoặc nghe thấy những lời chứng về Đức Chúa Jêsus Christ đã được thuật lại bởi những kẻ đã biết Ngài khi còn sống trên đất. Đó là vì sao từng chương trong quyển sách nầy chứa đầy các câu Kinh Thánh. Lời tôi nói chẳng quan trọng bằng Lời của Đức Chúa Trời. Ngài đã làm chứng về Con Ngài. Lời chứng của Ngài là đáng tin. Cầu xin Chúa bạn cho bạn đôi mắt để nhìn thấy và tấm lòng để say mê.

Các từng trời rao truyền
sự vinh hiển của Đức Chúa Trời
Thi thiên 19:1

Vì Đức Chúa Trời – là Đấng có phán:
Sự sáng phải soi từ trong sự tối tăm!
– đã làm cho sự sáng Ngài chói lòa
trong lòng chúng tôi, đặng sự thông biết
về vinh hiển Đức Chúa Trời soi sáng
nơi mặt Đức Chúa Jêsus Christ.
2 Cô-rinh-tô 4:6

1

Nhìn thấy và say mê vinh hiển của Đức Chúa Trời
Mục tiêu tối hậu của Đức Chúa Jêsus Christ

†

Vũ trụ được tạo nên để rao ra sự vinh hiển. Tấm lòng mong mỏi của loài người và ý nghĩa tồn tại của trời đất đều tóm gọn trong điều nầy, đó là: sự vinh hiển của Đức Chúa Trời. Vũ trụ được tạo nên để bày tỏ điều ấy, còn chúng ta được tạo nên để nhìn thấy và say mê điều đó. Chẳng có điều tầm thường nào có thể làm được như thế. Đó cũng là vì sao thế gian có sự hỗn độn và không thực hiện đúng chức năng của nó. Chúng ta đã đổi vinh hiển của Đức Chúa Trời để mê đắm những điều khác (Rô-ma 1:23).

"Các từng trời rao truyền sự vinh hiển của Đức Chúa Trời" (Thi thiên 19:1). Đó là vì sao có vũ trụ có mặt trên đời nầy. Tất cả đều nói về sự vinh hiển. Một ông kính thiên văn được gọi là Hubble gửi về những hình ảnh mờ nhạt của các dãy ngân hà, có lẽ đang cách xa chúng ta đến mười hai triệu năm ánh sáng (12 tỷ x 6 ngàn tỷ dặm). Trong dãy ngân hà Milky Way không thôi đã có những ngôi sao rất to không thể tưởng tượng được như Eta Carinae có thể chiếu sáng hơn mặt trời gấp năm triệu lần.

Khi chúng ta nhìn thấy sự vĩ đại nầy thì tưởng ngay đến sự nhỏ bé của loài người. Đúng là những hình ảnh nầy khiến chúng ta cảm thấy thật nhỏ bé. Nhưng ý nghĩa của sự đồ sộ ấy không phải chỉ về chúng ta. Mà để nói về Đức Chúa Trời. Kinh Thánh chép rằng: "Các từng trời rao truyền sự vinh hiển của Đức Chúa Trời". Lý do vũ trụ có quá nhiều không gian "lãng phí" ngoài kia trong khi loài người chỉ là một chấm nhỏ là để nói về Đấng Tạo Hoá, chứ không phải để nói về chúng ta. "Hãy ngước mắt lên cao mà xem: Ai đã tạo những vật nầy? Ấy là Đấng khiến các cơ binh ra theo số nó, và đặt tên hết thảy; chẳng một vật nào thiếu, vì sức mạnh Ngài lớn lắm, và quyền năng Ngài rất cao" (Ê-sai 40:26).

Tấm lòng mong mỏi của loài người muốn hiểu rõ và sống vì sự vinh hiển của Đức Chúa Trời. Chúng ta được tạo nên vì điều nầy. "Hãy đem các con trai ta về từ nơi xa, đem các con gái ta về từ nơi đầu cùng đất,…ta đã dựng nên họ vì vinh quang ta" (Ê-sai 43:6-7). Để nhìn thấy, để say mê và để bày tỏ điều ấy – đó là lý do chúng ta có mặt trên đời đời nầy. Sự bao la rộng lớn không thể dò được của vũ trụ là ẩn dụ về "sự giàu có của vinh hiển Ngài" (Rô-ma 9:23). Mắt trần được tạo nên để nói với con mắt thuộc linh rằng: "Đấng tạo nên những điều nầy chính là sự thỏa mãn của linh hồn". Sứ đồ Phao-lô nói rằng: "chúng ta khoe mình trong sự trông cậy về vinh hiển Đức Chúa Trời" (Rô-ma 5:2). Nói chính xác hơn, ông nói rằng chúng ta đã được Ngài "chuẩn bị cho sự vinh quang" (Rô-ma 9:23). Đó là lý do Ngài tạo nên chúng ta – để Ngài "chứng tỏ sự giàu có của vinh quang Ngài đối với những chiếc bình đáng thương xót" (Rô-ma 9:23).

Nhìn thấy và say mê vinh hiển của Đức Chúa Trời

Sự ao ước trong lòng mỗi người là ao ước điều nầy. Nhưng chúng ta đè nén điều ấy và không muốn biết Ngài (Rô-ma 1:28). Vì thế mà hết thảy tạo vật đã buông mình vào sự luông tuồng. Thí dụ nổi bật nhất trong Kinh Thánh để chứng minh cho điều nầy đó là đời sống tình dục luông tuồng của chúng ta. Sứ đồ Phao-lô nói rằng: chúng ta đã đổi sự vinh hiển của Đức Chúa Trời lấy những thứ khác chính là gốc rễ tạo ra tình dục đồng giới trong các mối quan hệ. "Vì trong vòng họ, những người đàn bà đã đổi cách dùng tự nhiên ra cách khác nghịch với tánh tự nhiên. Những người đàn ông cũng vậy, bỏ cách dùng tự nhiên của người đàn bà mà un đốt tình dục người nầy với kẻ kia…" (Rô-ma 1:26-27). Nếu chúng ta đổi sự vinh hiển của Đức Chúa Trời để lấy những điều kém cỏi hơn, thì Ngài phó mặc chúng ta trong sự suy đồi ấy – vì đổi lấy những điều khác tức là tự chọn cho mình sự đau khổ.

Điều muốn nói đó là: chúng ta được tạo nên để nhận biết và tôn cao sự vinh hiển của Đức Chúa Trời hơn tất cả mọi sự; khi chúng ta đổi sự quý báu ấy để lấy những hình ảnh khác, thì mọi thứ bị làm cho luông tuồng. Sự vinh hiển của Đức Chúa Trời đối với linh hồn chúng ta giống như mặt trời được tạo nên để chiếu sáng trong hệ mặt trời vậy. Khi có được ánh sáng ấy, thì cuộc sống của chúng ta giống như các hành tinh sẽ đi vào quỹ đạo. Nhưng khi mặt trời bị thay thế, thì mọi thứ sẽ mất trật tự. Linh hồn của chúng ta bắt đầu được chữa lành khi sự vinh hiển của Đức Chúa Trời nằm ở vị trí trung tâm để phát sáng và cuốn hút mọi thứ.

Hết thảy chúng ta đều đói khát sự vinh hiển của Đức Chúa Trời, chứ không phải bị chi phối bởi cái tôi. Không ai sau khi đã nhìn thấy hẻm núi lớn có tên gọi là Grand Canyon mà còn tập chú vào bản thân mình nữa. Tại sao chúng ta lại đi tới hẻm núi ấy? Vì linh hồn của chúng ta được chữa lành nhiều hơn khi nhìn thấy sự hùng vĩ của hẻm núi ấy so với khi tập chú vào cái tôi của mình. Thật vậy, trong vũ trụ bao la rộng lớn nầy thì còn gì nực cười hơn bằng loài người, sống ở một hành tinh nhỏ bé gọi là trái đất, cứ tìm kiếm sự vĩ đại nào đó trong chính hình dung của mình phải không? Đây là điều rất đáng buồn vì Phúc âm của thế giới hiện đại ngày nay là như thế.

Nhưng không phải là Phúc âm của Cơ Đốc giáo. Trong sự tối tăm của thói tập chú vào cái tôi đã xuất hiện một thứ ánh sáng gọi là "sự vinh hiển chói lói của Tin lành Đấng Christ, là ảnh tượng của Đức Chúa Trời" (2 Cô-rinh-tô 4:4). Phúc âm của Cơ Đốc giáo là nói về "sự vinh hiển chói lói của Tin lành Đấng Christ", chứ không phải nói về cái tôi của chúng ta. Còn khi Phúc âm nói về tôi, ở một khía cạnh nào đó thì không phải nói rằng Đức Chúa Trời đã làm ra mọi sự vì tôi, mà nói rằng Đức Chúa Trời là Đấng giàu lòng thương xót đã cho phép tôi tôn cao Ngài đến đời đời.

Chúa Jêsus đã làm gì để cho thấy Ngài rất yêu chúng ta? Mục tiêu cuối cùng và tốt đẹp nhất của Phúc âm là gì? Sự cứu rỗi? Sự tha thứ? Sự xưng công bình? Sự phục hòa? Sự nên thánh? Sự làm con nuôi? Những điều tuyệt vời nầy có phải chỉ về điều gì đó lớn lao hơn chăng? Điều cuối cùng của mọi sự là gì? Chúa Jêsus đã cầu xin Cha của Ngài ban cho chúng ta điều gì? "Cha ôi, Con muốn Con ở đâu thì những kẻ Cha đã giao cho Con cũng ở đó với Con, để họ ngắm xem sự vinh hiển của Con, là vinh hiển Cha đã ban cho Con" (Giăng 17:24).

Phúc âm của Cơ Đốc giáo là "sự vinh hiển chói lói của Tin lành Đấng Christ" vì mục tiêu cuối cùng của Phúc âm đó là chúng ta sẽ nhìn thấy, say mê và bày tỏ sự vinh hiển của Đấng Christ. Vì chẳng có điều chi khác ngoài sự vinh hiển của Đức Chúa Trời. "Con là ánh sáng rực rỡ của vinh quang Đức Chúa Trời và là hình ảnh trung thực của bản thể Ngài" (Hê-bơ-rơ 1:3). "Chính Ngài là hình ảnh của Đức Chúa Trời vô hình"

(Cô-lô-se 1:15). Khi ánh sáng của Phúc âm soi sáng lòng chúng ta, thì "sự thông biết về vinh hiển Đức Chúa Trời soi sáng nơi mặt Đức Chúa Jêsus Christ" (2 Cô-rinh-tô 4:6). Còn khi chúng ta "khoe mình trong sự trông cậy về vinh hiển Đức Chúa Trời" (Rô-ma 5:2), thì sự trông cậy là "sự trông cậy hạnh phước của chúng ta, và sự hiện ra của sự vinh hiển Đức Chúa Trời lớn và Cứu Chúa chúng ta, là Đức Chúa Jêsus Christ" (Tít 2:13). Sự vinh hiển của Đấng Christ là sự vinh hiển của Đức Chúa Trời. (Xem chương 2).

Về mặt nào đó, Đấng Christ đã không nắm giữ sự vinh hiển của Đức Chúa Trời khi Ngài đến thế gian: "Cha ôi! Bây giờ xin lấy sự vinh hiển Con vốn có nơi Cha trước khi chưa có thế gian mà làm vinh hiển Con nơi chính mình Cha" (Giăng 17:5). Nhưng mặt khác, Đấng Christ đã bày tỏ sự vinh hiển của Đức Chúa Trời khi Ngài đến thế gian: "Ngôi Lời đã trở nên xác thịt, ở giữa chúng ta, đầy ơn và lẽ thật; chúng ta đã ngắm xem sự vinh hiển của Ngài, thật như vinh hiển của Con một đến từ nơi Cha" (Giăng 1:14). Do đó, trong Phúc âm, chúng ta nhìn thấy và say mê "vinh hiển Đức Chúa Trời soi sáng nơi mặt Đức Chúa Jêsus Christ" (2 Cô-rinh-tô 4:6). Còn "nhìn thấy" là sự chữa lành cho đời sống luông tuồng của chúng ta. "Chúng ta ai nấy đều để mặt trần mà nhìn xem vinh hiển Chúa như trong gương, thì hóa nên cũng một ảnh tượng Ngài, từ vinh hiển qua vinh hiển" (2 Cô-rinh-tô 3:18).

Lời cầu nguyện

Lạy Cha vinh hiển, đây là tiếng nài xin từ lòng của chúng con – muốn được thay đổi từ vinh hiển đến vinh hiển, cho tới khi tiếng kèn cuối cùng cất lên, chúng con được biến hoá trở nên giống như Con Ngài là Đức

Nhìn thấy và Say mê Jêsus Christ

Chúa Jêsus Christ, Chúa của chúng con, một cách trọn vẹn trong sự sống lại. Cho đến lúc ấy, chúng con mong được tấn tới trong ân điển và trong sự thông biết Chúa của chúng con, đặc biệt là sự thông biết về vinh hiển của Ngài. Chúng con muốn nhìn thấy vinh hiển ấy rõ ràng như chúng con thấy mặt trời, chúng con muốn say mê vinh hiển ấy vô cùng như lòng của chúng con hằng khao khát. Lạy Chúa là Đấng giàu lòng thương xót, xin khiến lòng con hướng về Lời của Ngài và sự kỳ diệu của vinh hiển Ngài. Xin đừng để chúng con ưa thích những điều tầm thường khác nữa. Xin mở mắt của lòng chúng con để nhìn thấy cả vũ trụ đang rao truyền vinh hiển của Ngài. Xin mở trí của chúng con để nhìn thấy vinh hiển của Con Ngài trong Phúc âm. Chúng con tin rằng Ngài là Đấng đáng được vinh hiển nhất, chẳng ai giống như Ngài. Xin giúp cho sự vô tín của chúng con. Xin tha thứ cho tấm lòng lơ đễnh của chúng con và đổi hướng tập chú của chúng con khỏi những điều tầm thường của thế gian. Xin vì cớ Đấng Christ mà thương xót chúng con, xin đầy dẫy trong lòng chúng con ý muốn vĩ đại của Ngài trong việc bày tỏ sự vinh hiển của ân điển Ngài. Chúng con cầu xin bấy nhiêu điều trong danh Đức Chúa Jêsus Christ. A-men.

Quả thật, quả thật, ta nói cùng các ngươi,
trước khi chưa có Áp-ra-ham, đã có ta
Giăng 8:58

Ban đầu có Ngôi Lời,
Ngôi Lời ở cùng Đức Chúa Trời,
và Ngôi Lời là Đức Chúa Trời.
Giăng 1:1

Vì sự đầy dẫy của bổn tánh Đức Chúa Trời
thảy đều ở trong Đấng ấy như có hình.
Cô-lô-se 2:9

2

Chúa Jêsus là sự vinh hiển của Đức Chúa Trời

Thần tánh của Đức Chúa Jêsus Christ

✝

Đấng Christ đến thế gian chẳng phải để chúng ta được sống sung sướng. Mà chúng ta có mặt trên đời nầy để tôn cao Ngài mới phải. Quyển sách nầy muốn nói rằng: nhận biết sự vinh hiển của Đấng Christ là mục tiêu tối hậu, chứ không phải là phương tiện để đạt được điều khác. Đấng Christ được vinh hiển không phải để chúng ta được giàu có hơn hay khoẻ mạnh hơn. Mà Đấng Christ được vinh hiển hầu cho lúc giàu có hay nghèo khổ, bệnh tật hay khoẻ mạnh, chúng ta đều tìm được sự thỏa mãn ở trong Ngài.

Sự vinh hiển đầu tiên gồm tóm mọi sự là sự tự hữu đời đời của Đấng Christ. Nếu chúng ta suy nghĩ về điều nầy, thì sự vững chắc sẽ xuất hiện trên linh trình của chúng ta. Sự tự hữu tuyệt đối có lẽ là sự mầu nhiệm vĩ đại nhất. Hãy suy nghĩ về thực tại tuyệt đối nầy. Chưa hề có điều gì trong thế giới có thể tự nhiên xuất hiện. Cho dù chúng ta có đi ngược về quá khứ đến bao nhiêu đi nữa, thì vẫn không được điều nào giống như vậy đâu. Ai có được vinh dự là Đấng tự hữu và hằng hữu như vậy! Ngài không hề có quá trình phát triển hay hình thành. Ngài là Đấng tự hữu. Ai là Đấng có được sự vinh hiển tuyệt đối duy nhất nầy?

Câu trả lời là Đấng Christ, Ngài là Đấng mà thế gian gọi là: Chúa Jêsus người Na-xa-rét.

Sứ đồ Giăng là người đã viết quyển sách cuối cùng của Kinh Thánh, ông nhận được sự mặc khải vô cùng quả quyết. Ông nói về Đức Chúa Trời rằng: "Chúa là Đức Chúa Trời, Đấng hiện có, đã có, và còn đến là Đấng Toàn năng, phán rằng: Ta là An-pha và Ô-mê-ga" (Khải huyền 1:8). Đấng Christ không nói điều nầy. Mà Đức Chúa Trời toàn năng phán vậy. Ngài tự gọi mình là "An-pha và Ô-mê-ga" – tức là chữ cái đầu tiên và chữ cái cuối cùng trong bảng chữ cái tiếng Hy-lạp. Trong bảng chữ cái nầy, không ai được nói ra chữ nào trước chữ cái an-pha. Không có chữ cái nào "trước" chữ an-pha trong bảng chữ cái. Cũng không ai được nói ra chữ nào sau chữ cái ô-mê-ga. Không có chữ cái nào "sau" chữ ô-mê-ga trong bảng chữ cái.

Như vậy, đối với Đức Chúa Trời và trong thực tại cũng vậy. Không ai có "trước" Đức Chúa Trời và cũng không ai có "sau" Đức Chúa Trời. Ngài là Đấng tự hữu tuyệt đối, cho dù bạn có đi ngược về quá khứ hay đi tới trong tương lai bao nhiêu. Ngài chính là Thực tại tuyệt đối. Ngài là Đấng tự hữu và hằng hữu. Sự vinh hiển thuộc về Ngài.

Đây là ý nghĩa cốt lõi trong Cựu Ước khi nói đến danh Yahweh (hoặc là Giê-hô-va). Chữ nầy được hình thành từ động từ "là". Khi Môi-se hỏi Đức Chúa Trời về danh xưng của Ngài, "Đức Chúa Trời phán rằng: Ta là Đấng tự hữu hằng hữu; rồi Ngài lại rằng: Hãy nói cho dân Y-sơ-ra-ên như vầy: Đấng tự hữu đã sai ta đến cùng các ngươi" (Xuất 3:14). Chính "Ta là" được Đức Chúa Trời bày tỏ thêm trong Ê-sai là một Thực tại tuyệt đối và đời đời – trong quá khứ lẫn tương lai. "Đức Giê-hô-va phán: Các ngươi là kẻ làm chứng ta…, hầu cho các ngươi được biết và tin ta, và hiểu rằng ta là Chúa! Chẳng có Đức Chúa Trời nào tạo thành trước ta, và cũng chẳng có sau ta nữa" (Ê-sai 43:10). Nói "Ta là" có nghĩa là đầu tiên và cuối cùng một cách tuyệt đối. Không có ai "đến trước" và chẳng có ai "đến sau". Chỉ đơn giản rằng: "Ta là".

Đức Chúa Trời làm rõ điều nầy trong Ê-sai 44:6 chép rằng: "Đức Giê-hô-va, là Vua và Đấng Cứu chuộc của Y-sơ-ra-ên, là Đức Giê-hô-va vạn quân, phán như vầy: Ta là đầu tiên và cuối cùng; ngoài ta không có Đức Chúa Trời nào khác". Một chỗ khác nữa trong Ê-sai 48:12 chép rằng: "Hỡi Gia-cốp, và ngươi, Y-sơ-ra-ên ta đã gọi, hãy nghe lời ta: Ta là Đấng đó; ta là đầu tiên và cũng là cuối cùng". Đây là danh Ngài: Yahweh – là Đấng tuyệt đối, đời đời và vô đối. Ngài là Đấng hằng hữu đáng được tôn kính duy nhất và cũng là Đấng đáng được vinh hiển độc nhất, chưa từng có ai như Ngài. Sẽ không có ai như Ngài. Đây là ý nghĩa của việc là Đức Chúa Trời.

Điều nầy có liên quan gì đến Đấng Christ, là Đấng mà chúng ta gọi là: Chúa Jêsus người Na-xa-rét?

Liên quan đến mọi thứ. Sứ đồ Giăng đã đề cập về Đấng Christ ở cuối sách Khải huyền rằng: "Nầy, ta đến mau chóng,…Ta là An-pha và Ô-mê-ga, là thứ nhứt và là sau chót, là đầu và là rốt… Ta là Jêsus, đã sai thiên sứ ta đến làm chứng về những sự đó cho các ngươi trước mặt các Hội thánh" (Khải huyền 22:12-13,16). Đấng Christ phán điều nầy, không phải Đức Chúa Cha phán. Làm sao cả hai là "An-pha và Ô-mê-ga" được, trừ khi cả hai là một. Làm sao cả hai "là đầu tiên và cuối cùng" một cách tuyệt đối như vậy được, trừ khi cả hai là một.

Nhưng Đấng Christ (là Đấng tự gọi mình là Jêsus) đã phán rằng chính Ngài xứng đáng nhận được sự tôn kính và vinh hiển vốn thuộc về Đức Chúa Trời toàn năng (xem thêm trong Khải huyền 1:17-18; 2:8).

Thậm chí, Đấng Christ còn tự phán về chính Ngài rằng "Ta hằng hữu" là danh xưng của Đức Chúa Trời. "Đức Chúa Jêsus đáp: "Thật, Ta bảo thật các ngươi, trước khi Áp-ra-ham hiện hữu, Ta hằng hữu" (Giăng 8:58). "Bây giờ, Ta nói điều nầy với các con trước khi việc xảy ra, để khi việc xảy ra thì các con tin rằng Ta là Đấng Hằng Hữu" (Giăng 13:19); xem Giăng 8:24). Không có ai tự xưng mình một cách vĩ đại như vậy ngoài Ngài. Hoặc là Ngài đúng, hoặc là Ngài đang nói phạm thượng. Hoặc Đấng Christ là Đức Chúa Trời, hoặc Ngài không phải là Đức Chúa Trời.

Giăng biết rõ điều nầy. "Ban đầu có Ngôi Lời, Ngôi Lời ở cùng Đức Chúa Trời, và Ngôi Lời là Đức Chúa Trời... Ngôi Lời đã trở nên xác thịt,... thật như vinh hiển của Con một đến từ nơi Cha" (Giăng 1:1, 14). Đức Chúa Jêsus Christ, là Ngôi Lời, là Con một, Ngài không được tạo ra – chẳng có một thời điểm nào trong lịch sử cho biết Ngài được tạo nên, Ngài là đời đời. Cả hai thân vị đều cho thấy có một Đức Chúa Trời, không phải hai Đức Chúa Trời – "Con một" đến từ nơi "Cha", chính là Thần tánh. Đây là sự mầu nhiệm lớn như chúng ta đã biết. Nhưng lại là điều Đức Chúa Trời đã bày tỏ về chính Ngài.

Sứ đồ Phao-lô cũng biết sự vinh hiển độc nhất nầy thuộc về Đấng Christ. "Theo phần xác,... Đấng Christ, là Đấng trên hết mọi sự, tức là Đức Chúa Trời đáng ngợi khen đời đời. A-men" (Rô-ma 9:5). Tuy nhiên, "Ngài vốn có hình Đức Chúa Trời, song chẳng coi sự bình đẳng mình với Đức Chúa Trời là sự nên năm giữ; chính Ngài đã tự bỏ mình đi, lấy hình tôi tớ và trở nên giống như loài người" (Phi-líp 2:6-7). Do đó, "Vì sự đầy dẫy của bổn tánh Đức Chúa Trời thảy đều ở trong

Chúa Jêsus là sự vinh hiển của Đức Chúa Trời

Đấng ấy như có hình" (Cô-lô-se 2:9; xem 1:19). Còn chúng ta là Cơ Đốc nhân không phải đang chờ đợi một người phàm, mà "đương chờ đợi sự trông cậy hạnh phước của chúng ta, và sự hiện ra của sự vinh hiển Đức Chúa Trời lớn và Cứu Chúa chúng ta, là Đức Chúa Jêsus Christ" (Tít 2:13; cũng xem 2 Phi-e-rơ 1:1).

Đây là lý do vì sao trước giả sách Hê-bơ-rơ đã dạn dĩ nói rằng hết thảy thiên sứ cũng thờ lạy Đấng Christ. Ngài không phải là thiên sứ trưởng trong số các thiên binh đang thờ lạy Đức Chúa Trời. Mà hết thảy thiên sứ trên trời thờ lạy Ngài là Đức Chúa Trời. "Còn khi Ngài đưa Con đầu lòng mình vào thế gian, thì phán rằng: Mọi thiên sứ của Đức Chúa Trời phải thờ lạy Con" (Hê-bơ-rơ 1:6). Vì Ngài là Đấng Tạo Hoá của muôn vật và chính Ngài là Đức Chúa Trời: "Nhưng nói về Con thì lại phán rằng: Hỡi Đức Chúa Trời, ngôi Chúa còn mãi đời nọ qua đời kia,… Hỡi Chúa, ban đầu trước hết Chúa đã dựng nền đất" (Hê-bơ-rơ 1:8, 10). Như vậy, Đức Chúa Cha làm chứng cho thần tánh của Đức Chúa Con. Ngài "là sự chói sáng của sự vinh hiển Đức Chúa Trời và hình bóng của bổn thể Ngài, lấy lời có quyền phép Ngài nâng đỡ muôn vật" (Hê-bơ-rơ 1:3).

Đức Chúa Jêsus Christ là Đấng Tạo Hoá cả vũ trụ. Đức Chúa Jêsus Christ là An-pha và Ô-mê-ga, là đầu tiên và cuối cùng. Đức Chúa Jêsus Christ là một Thân vị không bao giờ có sự khởi đầu. Ngài là Thực tại tuyệt đối. Ngài là Đấng tự hữu và hằng hữu đáng được sự tôn kính vô đối và sự vinh hiển độc nhất. Ngài không bao giờ có quá trình hình thành. Ngài là Con một đời đời. Đức Chúa Cha đã rất hài lòng về Thân vị của Con Ngài mà phán rằng: "Con là sự chói sáng của sự vinh hiển Đức Chúa Trời và hình bóng của bổn thể Ngài" (Hê-bơ-rơ 1:3).

Nhìn thấy và say mê vinh hiển nầy là mục tiêu của sự cứu

rỗi. "Cha ôi, Con muốn Con ở đâu thì những kẻ Cha đã giao cho Con cũng ở đó với Con, để họ ngắm xem sự vinh hiển của Con, là vinh hiển Cha đã ban cho Con, vì Cha đã yêu Con trước khi sáng thế" (Giăng 17:24). Đức Chúa Trời đã tạo ra chúng ta và cứu chuộc chúng ta chính là vì mục tiêu nầy đến đời đời.

Lời cầu nguyện

Lạy Cha đời đời, Ngài không hề có sự khởi đầu. Ngài sẽ không bao giờ có sự cuối cùng. Ngài là An-pha và Ô-mê-ga. Chúng con tin điều nầy, vì Ngài đã bày tỏ với chúng con như vậy. Lòng của chúng con được rất vui mừng mà biết ơn Ngài đã mở mắt chúng con để nhìn thấy và say mê Đức Chúa Jêsus Christ là Đấng đời đời của Ngài, là Con Trời, là Con một, là Đấng tự hữu, mà chính Ngài, là Đức Chúa Cha và Con Ngài, là Đức Chúa Con, là một Đức Chúa Trời. Chúng con run rẩy nói ra những lẽ thật vô cùng vinh hiển nầy bằng môi miệng của chúng con, vì sợ rằng mình sẽ phạm tội bất kính nếu dùng những lời lẽ không xứng đáng dành cho Ngài. Nhưng chúng con phải nói ra, vì chúng con phải thờ phượng Ngài. Giữ yên lặng là điều đáng xấu hổ vô cùng, chính những hòn đá sẽ cất tiếng ngợi khen Ngài. Ngài phải được khen ngợi vì sự xứng đáng của Ngài mà nhờ đó cả thế gian được tạo nên. Chúng con phải cảm tạ Ngài vì Ngài đã tạo nên chúng con để nếm biết và nhìn thấy sự vinh hiển của Đức Chúa Jêsus Christ, là Con Ngài. Cha ơi, chúng con được biết Ngài, chúng con mong được biết Ngài. Xin hãy cất khỏi tâm trí của chúng con những suy nghĩ không đúng về Đấng Christ. Xin cho linh hồn của chúng con được đầy dẫy Thánh Linh của Đấng Christ cùng mọi sự vĩ đại của Ngài. Xin hãy làm thỏa mãn chúng con bằng chính Ngài. Hễ chúng con còn sống đến chừng nào, xin hãy bày tỏ với chúng con về Đấng Christ và khiến chúng con chú ý và tríu mến lẽ thật và vẻ đẹp vinh hiển của Con Ngài. Cho dù chúng con giàu có hay nghèo khổ, bệnh tật hay mạnh khoẻ, cũng xin Ngài biến đổi chúng con và khiến chúng con bày tỏ vinh hiển của Ngài trong thế giới nầy. Chúng con cầu nguyện trong danh Đức Chúa Jêsus Christ. A-men.

Tôi thấy Chiên Con như đã bị giết
đang đứng giữa ngai. Chiên Con
có bảy sừng và bảy mắt.
Khải huyền 5:6

3

Sư tử và Chiên con

Sự toàn hảo của Đức Chúa Jêsus Christ

✝

Sư tử được mến mộ vì dáng vẻ oai vệ và sức mạnh dữ tợn của nó. Con chiên được mến mộ vì tính hiền lành và sự phục vụ của nó khi chúng ta dùng lông chiên để làm quần áo. Nhưng một con chiên giống sư tử và một con sư tử giống chiên con lại càng được mến mộ hơn nữa. Như Jonathan Edwards đã nói cách đây 250 năm về trước rằng: Đấng Christ đáng được vinh hiển là vì Ngài có "một sự kết hợp vô cùng đa dạng và rất hoàn hảo đến nỗi Ngài xứng đáng được mến mộ".

Thí dụ, chúng ta mến mộ Đấng Christ vì tính siêu việt của Ngài, nhưng chúng ta càng mến mộ Ngài hơn nữa vì sự vĩ đại siêu việt của Ngài được hòa quyện với sự đầu phục Đức Chúa Trời. Chúng ta lấy làm lạ về Ngài vì sự công bình tuyệt đối không thỏa hiệp được hòa quyện với lòng thương xót của Ngài. Sự oai nghi cao cả của Ngài được hòa quyện với sự nhu mì. Trong sự bình đẳng với Đức Chúa Trời, Ngài cũng có sự kính sợ dành cho Đức Chúa Trời đến vô cùng. Dẫu Ngài là Đấng tốt lành đến trọn vẹn, Ngài vẫn kiên nhẫn mà chịu khổ trước điều ác. Sự thống trị của Ngài trên toàn thế giới được hòa quyện bằng tinh thần hạ mình và vâng phục. Ngài đánh bại sự kiêu ngạo của các thầy dạy luật bằng sự khôn ngoan, nhưng lại đơn sơ đến nỗi con trẻ cũng yêu mến. Ngài có thể dẹp yên cơn bão bằng tiếng phán, nhưng không dùng sấm sét mà huỷ diệt dân Sa-ma-ri hay là tự cứu mình khỏi thập tự giá.

Sự vinh hiển của Đấng Christ không phải là điều đơn giản. Đó là sự kết hợp những phẩm chất rất đa dạng trong một người. Chúng ta thấy điều nầy trong sách Khải huyền của Tân Ước. "Chớ khóc, kìa, sư tử của chi phái Giu-đa, tức là Chồi của vua Đa-vít, đã thắng, thì có thể mở quyển sách ấy và tháo bảy cái ấn ra" (5:5). Đó là Đấng Christ giống như sư tử sẵn sàng mở quyển sách của lịch sử.

Nhưng chúng ta thấy gì trong câu Kinh Thánh tiếp theo? "Tôi lại thấy chính giữa ngôi và bốn con sinh vật, cùng chính giữa các trưởng lão, có một Chiên Con ở đó như đã bị giết; Chiên Con có bảy sừng và bảy mắt, là bảy vị thần của Đức Chúa Trời sai xuống khắp thế gian" (câu 6). Vậy, sư tử là một chiên con – một loài động vật vốn yếu đuối và vô hại, chậm chạp và dễ bị làm mồi cho thú dữ, bị cạo sạch lông để làm đồ mặc và bị giết để làm đồ ăn. Vậy, Đấng Christ là một sư tử giống chiên con.

Sư tử của Giu-đa đã đắc thắng vì Ngài sẵn sàng làm phần của chiên con. Ngài vào thành Giê-ru-sa-lem trong ngày Chúa nhật lễ lá giống như một vị vua tiến lên ngôi vua, Ngài ra khỏi thành Giê-ru-sa-lem vào ngày thứ Sáu thương khó giống như chiên con bị dắt đến hàng làm thịt. Ngài đuổi bọn trộm cướp ra khỏi đền thờ giống như sư tử đang bắt mồi. Đến cuối tuần, Ngài đưa cổ của mình ra để bị cắt, rồi họ giết Sư tử của Giu-đa giống như giết một chiên con làm sinh tế.

Nhưng chiên con thì sao? Khải huyền 5:6 nói rằng: "Tôi thấy Chiên Con như đã bị giết đang đứng giữa ngai…Chiên Con có bảy sừng". Hãy để ý hai điều. Thứ nhất là Chiên Con "đang đứng". Không hề nằm trong vũng máu như đã từng bị giết. Phải đấy, chiên con đã bị giết. Nhưng hiện đang đứng – trong chỗ gần với ngôi vua.

Thứ hai, Chiên Con có bảy sừng. Sừng là biểu tượng của sức mạnh và quyền lực xuyên suốt sách Khải huyền (12:3; 13:1; 17:3, 12), cũng như trong Cựu Ước (Phục truyền 33:17; Thi thiên 18:2; 112:9). Còn số bảy là nói lên sự trọn vẹn và đầy đủ. Vậy, ấy không phải là con chiên bình thường. Ngài là Đấng đã sống lại từ cõi chết, Ngài là Đấng mạnh sức với sức lực gấp bảy lần. Thực ra, Ngài là chiên con giống sư tử.

Chúng ta nhìn thấy điều nầy một cách run sợ trong Khải huyền 6:16, là chỗ có chép loài người nói với núi và các tảng đá rằng: "Hãy đổ xuống trên chúng tôi và giấu chúng tôi khỏi…cơn thịnh nộ của Chiên Con". Chúng ta còn thấy trong Khải huyền 17:14 chép rằng: "Chúng sẽ giao chiến với Chiên Con và Chiên Con sẽ chiến thắng chúng, vì Chiên Con là Vua của các vua, Chúa của các chúa".

Vậy, Đấng Christ là sư tử giống chiên con và là chiên con giống sư tử. Đó là sự vinh hiển của Ngài – "một sự kết hợp đa dạng rất toàn hảo đáng được mến mộ".

Chính sự kết hợp đầy vinh hiển nầy đang chiếu sáng vô cùng rực rỡ vì đó là hình ảnh phù hợp với sự mệt mỏi trong chính cá nhân chúng ta và sự mong mỏi về điều vĩ đại nào đó ở trong chúng ta. Chúa Jêsus phán rằng: "Hỡi những kẻ mệt mỏi và gánh nặng, hãy đến cùng ta, ta sẽ cho các ngươi được yên nghỉ. Ta có lòng nhu mì, khiêm nhường; nên hãy gánh lấy ách của ta, và học theo ta; thì linh hồn các ngươi sẽ được yên nghỉ" (Ma-thi-ơ 11:28-29). Sự mềm mại và khiêm nhường giống như chiên con của sư tử nầy cuốn hút chúng ta trong lúc yếu đuối. Vì thế mà chúng ta yêu mến Ngài. Nếu Ngài chỉ tuyển mộ những người ưa thích sức mạnh giống như lính thuỷ đánh bộ, thì chúng ta sẽ cảm thấy tuyệt vọng khi đến cùng Ngài.

Nhưng có phẩm chất nhu mì không thôi chẳng khiến Ngài được vinh hiển đâu. Sự mềm mại và khiêm nhường của sư tử giống chiên con trở nên rực rỡ cùng với uy quyền vô hạn và đời đời của chiên con giống sư tử. Chỉ có như vậy mới đáp ứng được sự mong mỏi về tính vĩ đại ở trong chúng ta. Phải đấy, chúng ta là những kẻ yếu đuối, mệt mỏi và gánh nặng. Nhưng trong mỗi lòng của chúng ta bùng cháy, ít ra là hết lần nầy đến lần khác, một ao ước đó là chúng ta muốn sống vì một sự vĩ đại nào đó. Chúa Jêsus phán với những người ao ước sự vĩ đại như thế rằng: "Hết cả quyền phép ở trên trời và dưới đất đã giao cho ta. Vậy, hãy đi dạy dỗ muôn dân… Và nầy, ta thường ở cùng các ngươi luôn cho đến tận thế".

Chiên con giống sư tử đang mời gọi chúng ta hãy vững lòng vì hết thảy thẩm quyền đều ở trong tay Ngài. Ngài nhắc chúng ta nhớ rằng, Đấng cầm quyền ở trên mọi sự sẽ ở cùng chúng ta cho đến tận thế. Đó là điều chúng ta mong ước bấy lâu nay – một lãnh tụ vô song bất bại. Chúng ta không chỉ đơn giản là người phàm. Chúng ta là những kẻ nhỏ mọn, nhưng lại có nhiều đam mê cháy bỏng. Chúng ta là những kẻ yếu đuối, nhưng lại mơ tưởng đến những điều kỳ vĩ. Chúng ta sống cuộc đời ngắn ngủi, nhưng cõi đời đời được viết trên bia lòng của mình. Sự vinh hiển của Đấng Christ chiếu sáng rực rỡ hơn vì sự kết hợp đa dạng rất toàn hảo của Ngài lại phù hợp với sự phức tạp ở trong chúng ta.

Sư tử giống chiên con đã từng bị áp bức và khổ sở. Ngài bị dẫn đến hàng làm thịt. Như chiên câm ở trước mặt kẻ hớt lông, Ngài chẳng hề mở miệng (Ê-sai 53:7). Nhưng ngày cuối cùng sẽ chẳng giống như vậy đâu. Sư tử giống chiên con sẽ trở thành chiên con giống sư tử, Ngài sẽ đứng bên cạnh hồ lửa bằng sự kiêu hãnh của một vị vua, là nơi các kẻ thù nghịch không chịu ăn năn hối cải cùng Ngài sẽ "bị đau đớn…trước mặt các thiên sứ thánh và trước mặt Chiên Con..đời đời" (Khải huyền 14:10-11).

Lời cầu nguyện

Lạy Đức Chúa Trời là Đấng giàu lòng thương xót và toàn năng, chúng con vui mừng trước sức mạnh và lòng thương xót của Con Ngài, là Chúa của chúng con, là Đức Chúa Jêsus Christ. Chúng con vui mừng trước sức mạnh như sư tử của Ngài và trước sự mềm mại như chiên con của Ngài. Chúng con vững lòng vì sự kết hợp đa dạng đầy vô song của Ngài. Bấy nhiêu cũng đảm bảo cho chúng con biết rằng chẳng có ai giống như Ngài và Ngài không chỉ là người như hết thảy chúng con. Xin hãy khiến chúng con run sợ trước Sư tử của Giu-đa và hạ mình trước sự thánh khiết tột bật của Ngài khi chúng con có sự kiêu ngạo. Xin hãy khiến chúng ta thêm can đảm trước Chiên Con giống sư tử trong những lúc sợ hãi và tan vỡ. Chúng con cần sự đầy trọn của Đấng Christ biết dường nào! Xin hãy mở mắt chúng con để nhìn thấy sự toàn hảo của Ngài. Xin cất khỏi chúng con hình ảnh méo mó và sai trật về Con Ngài đang làm suy yếu sự thờ phượng và sự vâng lời của chúng con. Nguyện xin sức mạnh của Sư tử và tình yêu của Chiên Con khiến đức tin của chúng con nơi Đấng Christ không bị rúng động. Xin giải cứu chúng con khỏi những ao ước nhỏ bé, thái độ nhút nhát và những kế hoạch còn lưỡng lự. Xin khiến chúng con càng thêm dạn dĩ. Xin thêm sức cho chúng con. Xin khiến chúng con bày tỏ tình yêu thương một cách quyết liệt và thật khiêm nhường. Xin hãy giúp chúng con có được sự kiên quyết đã khiến Sư tử của Giu-đa quyết chịu chết giống như Chiên Con và sống lại trong sự vui mừng đời đời. Trên hết mọi sự, xin hãy khiến mọi người nhìn thấy sự vinh hiển của Đấng Christ và chính Ngài được sự tôn kính quan Con Ngài. Trong danh Đức Chúa Jêsus Christ. A-men.

Đức Chúa Trời của Chúa
lấy dầu vui mừng xức cho,
khiến Chúa trổi hơn
kẻ đồng loại mình.
Hê-bơ-rơ 1:9

Hỡi đầy tớ ngay lành và trung tín kia, được lắm!...
Hãy vào chung hưởng niềm vui với chủ ngươi.
Ma-thi-ơ 25:21

4

Niềm vui bền vững

Niềm vui của Đức Chúa Jêsus Christ

✝

Nếu vai trò của người cứu hộ là giúp bạn thoát khỏi cơn sóng ngoài biển Atlantic, thì bạn đâu cần bận tâm đến tâm trạng của người đó làm gì. Tâm trạng của người đó thế nào cũng không quan trọng bằng gia đình của bạn đang hạnh phúc bên nhau trên bãi biển. Nhưng đối với sự cứu rỗi của Chúa Jêsus thì lại khác hoàn toàn. Chúa Jêsus không cứu bạn vì gia đình của bạn, nhưng vì chính Ngài. Nếu Ngài là Đấng hay u sầu, thì sự cứu rỗi cũng sẽ rất buồn. Đó không phải là sự cứu rỗi mà chúng ta cần.

Chính Chúa Jêsus – là tất cả những gì Đức Chúa Trời muốn ban cho loài người – là phần thưởng lớn nhất của chúng ta, chẳng có điều gì quý hơn thế nữa. "Ta là bánh của sự sống… Nếu người nào khát, hãy đến cùng ta mà uống" (Giăng 6:35; 7:37). Sự cứu rỗi không chỉ nói về sự tha thứ tội

Nhìn thấy và Say mê Jêsus Christ

lỗi, mà chủ yếu nói về mối liên hệ với Chúa Jêsus (1 Cô-rinh-tô 1:9). Sự tha thứ cất đi mọi trở lực hầu cho mối liên hệ nầy có thể xảy ra. Nếu mối liên hệ nầy không đem lại sự thỏa mãn, thì không hề có sự cứu rỗi tuyệt vời nào cả. Nếu Đấng Christ là Đấng hay u sầu, hoặc thậm chí thản nhiên trước mọi việc, thì cõi đời đời sẽ là nơi mọi người thay nhau thở dài.

Nhưng Chúa Jêsus là Đấng đáng được vinh hiển và giàu ân điển khi Ngài là và mãi mãi là Đấng có sự vui mừng bền vững. Tôi nói như vậy là vinh hiển của Ngài vì sự u sầu không hề bày tỏ vinh hiển nào cả. Tôi nói như vậy là ân điển của Ngài vì điều tuyệt nhất mà Ngài ban cho chúng ta là sự vui mừng. "Ta nói cùng các ngươi những điều đó, hầu cho sự vui mừng của ta ở trong các ngươi, và sự vui mừng các ngươi được trọn vẹn" (Giăng 15:11; cũng xem 17:13). Chúa Jêsus không phải là Đấng giàu ân điển khi Ngài khiến tôi được rất vui mừng mà vẫn không có Ngài ở cùng. Vậy thì, sự vui mừng ấy vẫn còn hạn chế. Cho nên, Đấng Christ không chỉ ban cho tôi chính Ngài là sự vui mừng, mà còn đổ đầy sự vui mừng của Ngài ở trong tôi nữa, hầu cho tôi có thể sống với Ngài trong sự vui mừng của Đức Chúa Trời. Đó mới là sự vinh hiển và ân điển.

Sự u sầu không hề cho thấy vinh hiển nào cả. Do đó, Đấng Christ không phải là Đấng hay u sầu. Từ cõi đời đời, Ngài chính là Đấng phản ánh sự vui mừng đời đời của Đức Chúa Trời. Sự khôn ngoan của Đức Chúa Trời đã nói như vầy trong Châm ngôn 8:30 rằng: "Ta ở bên Ngài làm thợ cái, hằng ngày ta là sự khoái lạc Ngài, và thường thường vui vẻ trước mặt Ngài". Đấng Christ đời đời, là Đấng làm hài lòng và là Đấng bình đẳng với Đức Chúa Trời, luôn vui mừng ở trước mặt Đức Chúa Trời và là sự vui thích của Đức Chúa Trời. Chúng ta thấy điều nầy đến hơn hai lần trong Tân Ước.

Trong Hê-bơ-rơ 1:8-9, Đức Chúa Trời phán cùng Con

Niềm vui bền vững

Ngài, không phải với các thiên sứ, bằng mấy lời đầy ngạc nhiên rằng: "Hỡi Đức Chúa Trời, ngôi Chúa còn mãi đời nọ qua đời kia,... Chúa ưa điều công bình, ghét điều gian ác; cho nên, hỡi Chúa, Đức Chúa Trời của Chúa lấy dầu vui mừng xức cho, khiến Chúa trổi hơn kẻ đồng loại mình". Đức Chúa Jêsus Christ là Đấng vui vẻ nhất trong cả cõi vũ trụ. Sự vui mừng của Ngài còn lớn hơn sự vui vẻ của hết thảy thiên sứ trên trời. Ngài là Đấng phản ánh sự vui vẻ vô hạn, thánh khiết và vô song của Đức Chúa Cha.

Một lần nữa, trong Công-vụ 2:25-31, sứ đồ Phi-e-rơ giải nghĩa Thi thiên 16 để nói về Đấng Christ rằng: "Tôi từng thấy Chúa ở trước mặt tôi luôn, vì Ngài ở bên hữu tôi, hầu cho tôi chẳng bị rúng động chút nào. Bởi cớ đó, lòng tôi vui vẻ, lưỡi tôi mừng rỡ,... Vì Chúa sẽ chẳng để linh hồn tôi nơi Âm phủ, và chẳng cho Đấng Thánh của Ngài hư nát đâu... Cũng sẽ cho tôi đầy lòng vui mừng trước mặt Ngài". Đấng Christ đã sống lại sẽ cất đi bóng tối của sự chết và được vui mừng trong sự vui vẻ của Đức Chúa Trời. Sự vinh hiển của Đấng Christ là sự vui mừng vô hạn, đời đời và bền vững trong sự hiện diện của Đức Chúa Trời.

Nhưng nếu u sầu không phải là sự vinh hiển, thì lạc quan thái quá cũng không cho thấy vinh hiển nào cả. Niềm vui vô tư của buổi dạ hội và sự vui mừng không kìm nén được trong trại tập trung là hai điều khác nhau. Một cái chỉ là sáo rỗng, cái còn lại là thắng lợi. Một cái là lạc quan thái quá, cái còn lại là vinh hiển. Con người có thể nở nụ cười giả tạo mà không cho thấy sự đau đớn nào cả. Điều nầy không làm nên một người chăn bầy thực thụ hay một vị cứu tinh vĩ đại. Nhưng Đấng Christ là Đấng Cứu thế vĩ đại.

Do đó, người có niềm vui bền vững là người "từng trải sự buồn bực, biết sự đau ốm" (Ê-sai 53:3). "Linh hồn ta buồn bực cho đến chết; các ngươi hãy ở đây và tỉnh thức với ta"

(Ma-thi-ơ 26:38). Chính "Thầy tế lễ thượng phẩm" nầy có thể cảm thông cho sự yếu đuối của chúng ta, vì Ngài đã từng chịu thử thách mọi bề như chúng ta (Hê-bơ-rơ 4:14-15). Ngài từng khóc với kẻ khóc (Giăng 11:35) và Ngài từng cười với kẻ cười (Lu-ca 10:17, 21). Ngài từng chịu đói (Ma-thi-ơ 4:2), Ngài từng chịu mệt nhọc (Giăng 4:6), Ngài từng bị bỏ rơi một mình (Ma-thi-ơ 26:56), bị phản bội (Ma-thi-ơ 26:45), bị đánh bằng roi (Ma-thi-ơ 27:26), bị nhạo báng (Ma-thi-ơ 27:31), và bị đóng đinh trên thập tự (Ma-thi-ơ 27:35).

Niềm vui bất khuất không có nghĩa là chỉ biết vui vẻ. Vậy thì người đó có bị chia cắt giữa vui mừng và buồn bực chăng? Đấng vinh hiển đời đời có bị buồn bực chăng? Ngài có sự buồn bực nhưng không bị chia cắt. Đấng Christ có nhiều cung bậc cảm xúc nhưng Ngài không hề bị bối rối. Trong tâm linh của Ngài xuất hiện nhiều cung bậc cảm xúc, nhưng kết quả cuối cùng là một bản nhạc giao hưởng. Chiến thuật đánh trận của một vị tướng tuy có sự phức tạp nhưng lại làm cho kẻ thù phải khổ sở để giành được thắng lợi lớn sau cùng. Ấy không phải là dấu hiệu bối rối trong tâm trí của vị tướng. Người khác có thể tưởng rằng vị tướng quân đang bị như thế khi nhìn thấy một phần nào đó của trận mạc. Nhưng đó lại là sự vinh hiển của Ngài. Biển Thái Bình Dương có thể xuất hiện hàng ngàn cơn gió mạnh, nhưng sau một trăm dặm nữa thì bầu không khí sẽ có sự tĩnh lặng, yên ắng và đầy vinh hiển ở trên biển.

Sự dằn vặt xảy ra tại vườn Ghết-sê-ma-nê và đồi Gô-gô-tha, Chúa Jêsus đã vượt qua những điều ấy bằng niềm vui bền vững. "Đấng vì sự vui mừng đã đặt trước mặt mình, chịu lấy thập tự giá, khinh điều sỉ nhục, và hiện nay ngồi bên hữu ngai Đức Chúa Trời" (Hê-bơ-rơ 12:2). Sự vui mừng ấy là gì? Đó là niềm vui khi Ngài nhận được sự thờ phượng từ những kẻ mà Ngài đã chịu chết thay cho họ, hầu cho họ được vui mừng ở trong Đức Chúa Trời. Đấng chăn hiền lành vui mừng về một con chiên lạc mất (Ma-thi-ơ 18:13). Vậy thì, Ngài sẽ vui mừng về sự cứu rỗi của rất nhiều người không thể đếm được như thế nào nữa!

Có bài học nào dành cho chúng ta về sự chịu khổ chăng? Bạn có biết rằng chúng ta không chỉ bắt chước Ngài trong sự chịu khổ, mà còn bắt chước Ngài trong sự vui mừng nữa chăng? Sứ đồ Phao-lô khuyên các tín hữu Tê-sa-lô-ni-ca rằng: "Anh em cũng đã…bắt chước Chúa, lấy sự vui vẻ của Đức Thánh Linh mà tiếp nhận đạo giữa lúc nhiều sự khốn khó" (1 Tê-sa-lô-ni-ca 1:6). Chính sự vui vẻ của Chúa mà Hội thánh còn non nớt nầy đã tiếp nhận đạo trong lúc khó khăn.

Đây cũng là lời kêu gọi dành cho chúng ta ngày hôm nay. Chúng ta có sẵn sàng chịu khốn khó vì cớ Đấng Christ chăng? Tức là sẽ không thiếu sự vui mừng, nhưng chúng ta có thể chịu khổ chăng! Chúng ta có sẵn sàng nghe thấy lời kêu gọi trong Hê-bơ-rơ 13:13 rằng: "Vậy nên chúng ta hãy ra ngoài trại quân, đặng đi tới cùng Ngài, đồng chịu điều sỉ nhục"? Câu trả lời tùy thuộc vào việc chúng ta có đang ao ước về thành của Đức Chúa Trời hơn thành của loài người hay không. Chúng ta có sẵn sàng trả lời rằng: "Vì dưới đời nầy, chúng ta không có thành còn luôn mãi, nhưng chúng ta tìm thành hầu đến" (Hê-bơ-rơ 13:14)? Hay là chúng ta thèm muốn những khoái lạc phù du của xứ Ê-díp-tô hơn (Hê-bơ-rơ 11:25-26)?

Đối với kẻ nào đã từng nếm biết sự vui mừng của Chúa Jêsus, thì không gì có thể sánh bằng mùi vị hấp dẫn của mấy lời đầy hy vọng trong ngày sau rốt khi Ngài phán rằng: "Hỡi đầy tớ ngay lành trung tín kia, được lắm… hãy đến hưởng sự vui mừng của chúa ngươi" (Ma-thi-ơ 25:21). Thành của Đức Chúa Trời là thành của sự vui mừng. Còn sự vui mừng ấy là niềm vui bền vững của Đấng Christ.

Nhìn thấy và Say mê Jêsus Christ

Lời cầu nguyện

Lạy Cha, chúng con được rất yên ủi khi biết rằng chính Ngài và Con của Ngài không phải là Đấng hay u sầu và lạc quan thái quá. Chúng con rất vui mừng khi biết được lẽ thật về Ngài là Đấng luôn vui vẻ mà không hờ hững trước sự đau khổ của chúng con. Chúng con lấy làm lạ trước sự vui mừng của Chúa Jêsus đã chiếu sáng như cầu vồng trong sự chịu khổ của Ngài. Chúng con mong ước được như vậy. Chúng con muốn đứng vững và không rúng động trong sự vui mừng của đức tin. Nhưng chúng con không muốn quên đi sự đau buồn của tội lỗi hay sự đau khổ của người khác. Chúa ơi, xin hãy đầy dẫy trong lòng chúng con lời hứa mà Con Ngài đã phán rằng sự vui mừng của Ngài sẽ ở trong chúng con và sự vui mừng của chúng con sẽ được trọn vẹn. Xin hãy giúp đời sống của chúng con sanh bông trái vui mừng của Đức Thánh Linh. Xin hãy làm thỏa lòng của chúng con vào buổi sáng bằng tình yêu vững bền của Ngài hầu cho chúng con được vui mừng ở trong Ngài. Xin hãy đánh thức tâm linh vẫn còn ngủ say trong sự lơ đễnh của chúng con. Xin hãy cất đi sự hâm hẩm trong tấm lòng của chúng con. Xin hãy thổi bùng ngọn lửa sốt sắng vì cớ vinh hiển của Ngài trong lòng chúng con. Nguyện Đấng Christ ban cho chúng con niềm vui bền vững hầu cho chúng con được trở nên giống như hình ảnh của Con Ngài mỗi ngày. Nguyện đời sống của chúng con trở thành nơi trú ẩn và sự nghỉ ngơi đời đời cho những người tuyệt vọng, đang tìm kiếm một thế giới đầy sự vui mừng, đang đói khát sự vui vẻ của Đức Chúa Trời là vinh hiển ở trong Đức Chúa Jêsus Christ. Trong danh Đức Chúa Jêsus Christ. A-men.

Nào cỏ nào hoa ở dưới trời,
Thuật vinh hiển Chúa đến muôn nơi;
Kìa, trời nổi mây; kìa, bão thổi,
Ý Ngài đã quyết từ thiên ngôi.
Issac Watts
"Ngợi ca quyền bính của Đức Chúa Trời"

Vậy thì người nầy là ai,
mà gió và biển cũng
đều vâng lịnh người?
Mác 4:41

5

Gió biển đều vâng lịnh Ngài

Quyền phép của Đức Chúa Jêsus Christ

†

Vào tháng 7 năm 1995, vợ tôi là Noel cùng với tôi và hai con đã vội vàng cúi xuống sàn nhà, tránh xa các khung cửa sổ, khi cơn bão Erin ở Pensacola, thuộc tiểu bang Florida đi qua. Một cây thông cổ thụ đã phá nát một góc phòng ngủ khi nó ngã xuống. Trong tâm bão, chúng tôi đi ra ngoài để nhìn thấy cảnh tàn phá lúc mọi thứ đã êm ả. Sau đó, khoảng hai mươi phút sau, phần còn sót lại của cơn bão đánh ngã cái ống khói và đè bẹp những chiếc xe bằng các nhánh cây sồi to bằng những thân cây trăm tuổi.

Chúa đi trên biển –
Đôi chân và bộ mặt của chúng tôi không thể
chịu được luồng cát thổi vào mặt.

Nhìn thấy và Say mê Jêsus Christ

            Chúa đi trên bờ biển –
Những nhánh cây cọ nằm rải rác, ve vẩy trên đường Ngài
              đi qua.

            Chúa đi lại trên đất liền –
Cây mộc lan, cây thông và cây sồi,
Đã một trăm tuổi cũng phải ngã xuống trước mặt ngài.

            Chúa đứng và thở –
Trong khi chúng ta – ở trong bóng tối, khóa tủ lại – Sợ
    đối diện vinh hiển của Ngài.

    Đó là giây phút phải gọi là giật bắn tim, đầy kinh ngạc trước sức mạnh vô song không tưởng được. Những mất mát xảy ra thật đáng đau buồn, mặc dù chẳng có gì sánh bằng cảnh tàn phá của cơn bão Mitch xảy ra ở Honduras vào năm 1998 đã lấy đi 10,000 mạng sống – mà sự kiện nầy lại chẳng sánh bằng cơn lốc xoáy đã giết chết 131,000 người ở Banladesh vào ngày 30 tháng 4 năm 1991, làm cho chín triệu người không có nhà ở. Bên dưới sự đổ nát gây ra bởi cơn gió như vậy thì bạn có hai lựa chọn: thờ phượng hay rủa sả.

    Chính cơn gió lốc đã giết chết mười người con của Gióp. "Kìa một ngọn gió lớn từ phía bên kia sa mạc thổi đến, làm cho bốn góc nhà rung rinh, nhà sập xuống đè chết các người trẻ tuổi" (Gióp 1:19). Trong lúc dầu sôi lửa bỏng, thì vợ của Gióp nói rằng: "Hãy phỉ báng Đức Chúa Trời, và chết đi!" (Gióp 2:9). Nhưng đáp ứng của Gióp trước tin dữ về những đứa con lại hoàn toàn khác: "Gióp bèn chỗi dậy, xé áo mình, và cạo đầu, đoạn sấp mình xuống đất mà thờ lạy, và nói rằng: …Đức Giê-hô-va đã ban cho, Đức Giê-hô-va lại cất đi; đáng ngợi khen danh Đức Giê-hô-va!" (Gióp 1:20-21). Trong lúc dầu sôi lửa bỏng thêm cho ông sự đau buồn, thì ông đã nói

Gió biển đều vâng lịnh Ngài

cùng vợ rằng: "Sự phước mà tay Đức Chúa Trời ban cho chúng ta, chúng ta lãnh lấy, còn sự tai họa mà tay Ngài giáng trên chúng ta, lại chẳng lãnh lấy sao?" (Gióp 2:10).

Cả hai, không chỉ một lần, đều là công việc của Đức Chúa Trời và là lý do để thờ phượng. Sau nầy, trong sách Gióp, Ê-li-hu nói rõ rằng: "Từ các lầu các phương nam bão tuôn tới,…và giăng ra các mây chớp nhoáng của Ngài; nhờ Ngài dẫn dắt, nó bay vận khắp tứ phương, đặng làm xong công việc mà Ngài phán biểu nó làm trên khắp trái đất. Ngài sai mây hoặc để giáng họa,…hoặc để làm ơn cho loài người. Khá đứng yên, suy nghĩ về các việc diệu kỳ của Đức Chúa Trời" (Gióp 37:9-14).

Thi thiên 29 cũng suy tư và ca ngợi về sự kỳ diệu của sấm sét. "Giê-hô-va Đức Chúa Trời vinh hiển nổi sấm sét…Tiếng Đức Giê-hô-va oai nghiêm. Tiếng Đức Giê-hô-va bẻ gãy cây bá hương…Tiếng Đức Giê-hô-va làm cho rừng cây trụi lá; trong đền Ngài, mọi người đều reo lên: "Vinh hiển thay!"" (Thi thiên 29:3-5, 9).

Chính sự vinh hiển của Đức Chúa Trời đã làm nên gió và sấm sét. "Con biết Đức Giê-hô-va là vĩ đại,… Đức Giê-hô-va làm bất cứ điều gì đẹp ý Ngài, dù ở trên trời hay dưới đất,…Ngài…làm sấm chớp cùng với mưa, khiến gió thổi ra từ các kho tàng của Ngài" (Thi thiên 135:5-7). "Hỡi các quái vật của biển và các vực sâu trên đất, hãy ca ngợi Đức Giê-hô-va. Hỡi lửa và mưa đá, tuyết và hơi nước, gió và bão, hãy vâng lệnh Ngài" (Thi thiên 148:7-8). Issac Watts sống ở dưới đất mà lo chuyện trên trời khi ông viết rằng: "Kìa, trời nổi mây; kìa, bão thổi, ý Ngài đã quyết từ thiên ngôi".

Do đó, không lạ gì khi Đấng Christ đến trong thế gian, muôn vật đều quy phục quyền uy của Ngài. Chúa ra lệnh cho gió và nó nghe lời Ngài. Các môn đồ nhìn thấy liền lấy làm lạ. Rồi thờ lạy Ngài. "Vả, có cơn bão lớn nổi lên, sóng tạt vào

Nhìn thấy và Say mê Jêsus Christ

thuyền, đến nỗi gần đầy nước;... Ngài bèn thức dậy, quở gió và phán cùng biển rằng: Hãy êm đi, lặng đi! Gió liền dứt và đều yên lặng như tờ...Môn đồ kinh hãi lắm, nói với nhau rằng: Vậy thì người nầy là ai, mà gió và biển cũng đều vâng lịnh người?" (Mác 4:37-41).

Nước đã nghe lời Ngài rất nhiều lần. Khi Ngài truyền lệnh, thì nó cũng phải "đông cứng" để Ngài bước đi trên mặt biển. Khi các môn đồ thấy điều nầy họ "bèn đến quì lạy Ngài mà nói rằng: Thầy thật là Con Đức Chúa Trời!" (Ma-thi-ơ 14:33). Một lần khác, Ngài truyền lệnh cho nước thì nó biến thành rượu trong buổi tiệc cưới tại Ca-na. Giăng đã nói rằng Ngài "tỏ bày sự vinh hiển của mình như vậy; môn đồ bèn tin Ngài" (Giăng 2:11). Gió và nước làm theo lịnh Ngài. Hãy yên lặng. Hãy đông cứng. Hãy biến thành rượu. Các định luật của tự nhiên được hình thành bởi Đấng Christ và thay đổi theo lịnh của Ngài.

Cấu tạo của mọi vật không chỉ được tạo nên bởi Đấng Christ (Giăng 1:3; Cô-lô-se 1:16; Hê-bơ-rơ 1:2), mà còn được nâng đỡ từng giây từng phút trong cả cõi vũ trụ nầy bằng ý muốn của Ngài nữa. "Con...lấy lời có quyền phép Ngài nâng đỡ muôn vật" (Hê-bơ-rơ 1:3). "Muôn vật đứng vững trong Ngài" (Cô-lô-se 1:17). Đức Chúa Jêsus Christ khiến muôn vật xuất hiện từ ban đầu và nâng đỡ hình thù của mọi vật từng giây từng phút.

Tai ương, cơn sốt, loài cá, đồ ăn, cây vả. Dù bạn thấy gì đi nữa, Đấng Christ là Đấng chủ tể trên mọi vật thấy được. Bằng Lời phán, Ngài truyền cho kẻ chết sống lại. "Hỡi La-xa-rơ, hãy ra!" (Giăng 11:43). "Hỡi người trẻ kia, ta biểu ngươi chờ dậy" (Lu-ca 7:14). "Ta-li-tha Cu-mi; nghĩa là: Hỡi con gái nhỏ, ta truyền cho mầy, hãy chờ dậy" (Mác 5:41). Ngài quở cơn sốt thì nó liền ra khỏi mẹ vợ của Phi-e-rơ (Lu-ca 4:39). Ngài muốn một con cá nuốt một đồng xu để Phi-e-rơ bắt nó bằng lưỡi câu (Ma-thi-ơ 17:27). Ngài lấy năm cái bánh và cho năm ngàn người ăn (Ma-thi-ơ 14:19-21). Ngài làm cho cây vả héo khô bằng lời rủa sả của Ngài (Mác 11:21).

Bây giờ, chúng ta có một lựa chọn. Thờ phượng hay rủa sả. Có một nhóm người đứng trước mộ của La-xa-rơ đã đưa ra những lập luận rất đúng nhưng tấm lòng của họ đều sai. Họ nói rằng: "Người đã mở mắt kẻ mù được, há chẳng có thể cũng làm cho người nầy không chết sao?" (Giăng 11:37). Câu trả lời cho câu hỏi nầy là: đúng vậy. Chúa Jêsus đến nhà của La-xa-rơ khi ông qua đời rồi. Ngài đợi sau hai ngày, rồi phán rằng: "La-xa-rơ chết rồi. Ta vì các ngươi mừng không có ta tại đó, để cho các ngươi tin" (Giăng 11:14-15). Đúng là Ngài có thể làm cho ông ta sống lại. Giống như Ngài có thể làm cho con cái của Gióp vậy, ngay cả hơn mười ngàn người ở Honduras và Guatemala bằng cách truyền lệnh cho cơn bão Mitch đi ra biển, giống như Ngài đã làm ở Ga-li-lê năm xưa.

Chúng ta có sẵn sàng thờ phượng hay rủa sả Đấng cai trị cả thế gian? Tội nhân có quyền cho người nào sống và người nào chết chăng? Hay là chúng ta sẽ nói như bà An-ne rằng: "Đức Giê-hô-va khiến cho chết, cho sống; Ngài đem người xuống âm phủ, rồi lại đem lên khỏi đó" (1 Sa-mu-ên 2:6)? Chúng ta có sẵn sàng rải tro trên đầu để thờ phượng cùng với Gióp rằng: "Đáng chúc tụng danh Đức Giê-hô-va!" (Gióp 1:21) không? Chúng ta có sẵn sàng học hỏi từ Gia-cơ về việc mọi sự đều có ý định tốt lành chăng: "Anh em đã nghe nói về sự kiên định của Gióp, và thấy được mục đích của Chúa; vì Chúa đầy lòng xót thương và nhân từ" (Gia-cơ 5:11) không? Chúng ta có nên đối diện với gió và đứng vững trên cơn ba đào mà cùng hát với Katharina von Schlegel rằng:

Hỡi linh hồn ta, hãy vững an!
Đức Chúa Trời ngươi vẫn tể trị

Nhìn thấy và Say mê Jêsus Christ

Đưa đường dẫn lối từ quá khứ,
thì Ngài vẫn làm đến tương lai.
Đức tin, hy vọng của ngươi đâu?
Chớ để sự chi lấn át lòng.
Muôn sự khó hiểu nay mai sẽ
tỏ tường như ánh sáng ban mai.
Hỡi linh hồn ta, hãy vững an!
Gió biển vẫn biết nhận ra Ngài
Khi xưa Chúa còn nơi trần thế,
tiếng Ngài cai quản cả thế gian.[1]

Lời cầu nguyện

Chúa ơi, sự đau khổ trong thế gian thật lắm thay, còn sự đau đớn thật nhiều thay! Xin Ngài thương xót và đánh thức linh hồn của hàng triệu người đang thống khổ, hầu cho họ tìm được sự trông cậy ngay bây giờ và được vui mừng trong ngày hầu đến. Xin Chúa sai Hội thánh của Ngài đem đến Phúc âm và sự cứu trợ, hầu cho họ biết được sự tha thứ tội lỗi trong đức tin nơi Đấng Christ và không có sự đau khổ tại thế nào sánh bằng sự vinh hiển sẽ được bày ra cho con cái của Đức Chúa Trời. Xin Cha bảo vệ Hội thánh của Ngài khỏi những tư tưởng chai lì về thiên tai đã làm cho hàng triệu người sống cơ cực, xin Cha bảo vệ Hội thánh của Ngài khỏi lời dọa nạt, giống như vợ của Gióp, của những kẻ không tin cậy vào sự khôn ngoan, quyền phép và sự tốt lành của Đấng Christ ngay trong cảnh khốn cùng. Xin giúp cho sự vô tín của chúng con. Xin hướng lòng của chúng con về với Lời của Ngài và sự đảm bảo rằng Ngài "làm mọi sự hiệp với ý quyết đoán" và "chẳng có ý chỉ nào Chúa lấy làm khó lắm", Ngài đang làm điều lành và làm mọi sự cách khôn ngoan đến nỗi chúng con không thể tưởng tượng được. Xin Chúa giữ chúng con trong sự bình an và đừng để chúng con lằm bằm và phàn nàn. Xin giúp cho lòng của chúng con biết hạ mình và đầu phục trước những ý định thánh khiết và sau cùng của Ngài trên muôn vật. Xin giúp chúng con biết "vui mừng trong sự trông cậy" ngay cả khi hoàn cảnh hiện tại khiến chúng con phải đau buồn. Xin mở mắt của lòng chúng con để nhìn thấy cơ nghiệp vĩ đại của chúng con ở trong Đấng Christ, xin sai chúng con đi ra bằng đôi tay làm sự thương xót cho thế gian đang khốn cùng. Trong danh Đức Chúa Jêsus Christ. A-men.

---

1. Katharina von Schlegel, "Hỡi linh hồn ta, hãy bình tịnh" (1752).

Lạy Chúa, Chúa biết hết mọi việc.
Giăng 21:17

Hiện bây giờ, ta nói điều nầy cùng các ngươi trước việc chưa xảy đến; để khi việc xảy đến rồi, các ngươi sẽ tin ta là Đấng đó.
Giăng 13:19

6

Đấng cao trọng hơn Sa-lô-môn

Sự khôn ngoan của Đức Chúa Jêsus Christ

†

Rất nhiều người đã cố gắng khiến Chúa Jêsus phải im lặng thì đều phải nói rằng: "Chẳng hề có người nào đã nói như người nầy!" (Giăng 7:46). Lý do là không ai có thể sánh bằng sự khôn ngoan và sự thông sáng của Chúa Jêsus.

Nữ hoàng Sê-ba đã rất ấn tượng trước sự khôn ngoan và thông sáng của Sa-lô-môn đến nỗi khi bà nhìn thấy cả nhà và nghe được những lời giải đáp của ông "thì bà mất vía" (1 Các-vua 10:5). Bà hoàn toàn mất vía. Chúa Jêsus phán điều nầy là có nghĩa gì: "Trong ngày phán xét, nữ hoàng nam phương sẽ trỗi dậy cùng thế hệ nầy mà lên án nó, vì bà từ đầu cùng trái đất đến nghe lời khôn ngoan của vua Sa-lô-môn; nhưng tại đây có người còn cao trọng hơn Sa-lô-môn!" (Ma-thi-ơ 12:42)?

Không những các vị vua khôn ngoan nhất không thể nói

như người nầy. Ngài đã xuất hiện trong lịch sử với sự khôn ngoan và thông sáng khôn dò. Chúa Jêsus cũng đã đối đáp cùng những người khôn ngoan trong thời của Ngài. Nhưng khi giờ đến, Ngài đã phán một câu thật quyết đoán để kết thúc cuộc đối thoại ("Nếu vua Đa-vít gọi Ngài là 'Chúa' thì làm sao Ngài là con vua ấy được?" [Ma-thi-ơ 22:45]). "Không ai có thể đáp được một lời, và cũng từ ngày ấy, không ai dám hỏi Ngài điều gì nữa" (Ma-thi-ơ 22:46). Sự khôn ngoan và thông sáng của Ngài đã khiến Ngài làm chủ mọi tình huống. Lý do duy nhất đáng để chúng ta say mê và tin cậy Chúa Jêsus đó là vì: sự khôn ngoan và thông sáng của Ngài là khôn dò.

Ngài biết mọi người từ trong ra ngoài, tức là biết rõ tấm lòng và suy nghĩ của chúng ta. Sứ đồ Giăng đã thuật lại sự thông sáng khôn dò của Ngài khi ông nói rằng Chúa Jêsus không phó mình cho những người thời ấy vì "Ngài biết rõ mọi người. Ngài không cần ai làm chứng về người nào cả, vì chính Ngài biết rõ mọi điều trong lòng người" (Giăng 2:24-25). Ngài biết hết suy nghĩ của chúng ta trước khi chúng ta nói thành lời. Ngài thấy những điều không ai thấy được. Chẳng điều gì có thể giấu được Ngài. "Đức Chúa Jêsus biết ý tưởng họ nên phán: "Tại sao trong lòng các ngươi lại có ý xấu như vậy?" (Ma-thi-ơ 9:4). Vì thế mà Hội thánh đầu tiên đã thừa nhận rằng: "Lạy Chúa, Ngài biết lòng mọi người" (Công-vụ 1:24).

Không ai có thể làm khó Chúa Jêsus được. Không có suy nghĩ hay hành động nào có thể làm khó dễ Ngài được. Chúa biết rõ từ ngọn nguồn cho đến cuối cùng. Suy nghĩ phức tạp nhất và thiên tài đến mấy đều phải lộ rõ trước mặt Ngài một cách trần trụi. Ngài hiểu rõ từng hành động trong tâm trí mỗi người.

Chúa Jêsus là Đấng duy nhất biết rõ hết thảy chúng ta ngày hôm nay, Ngài cũng biết rõ chúng ta sẽ nghĩ gì và làm gì vào ngày mai. Ngài biết rõ hết thảy mọi sự sẽ xảy ra như thế nào. Phúc âm Giăng nhấn mạnh điều nầy, vì Giăng nhìn thấy một phần nào đó về thần tánh của Chúa Jêsus. "Đức Chúa Jêsus biết mọi điều sẽ xảy đến cho mình" (Giăng 18:4). Với sự thông sáng dường ấy, Ngài biết trước rất nhiều điều mà bạn bè và kẻ thù sẽ làm. "Đức Chúa Jêsus biết từ ban đầu, ai là kẻ không tin, ai là kẻ sẽ phản Ngài" (Giăng 6:64). "Bây giờ, Ta nói điều nầy với các con trước khi việc xảy ra, để khi việc xảy ra thì các con tin rằng Ta là Đấng Hằng Hữu" (Giăng 13:19).

Nói cách khác, Ngài biết trước những điều ấy là để chúng ta tin rằng Ngài là "Đấng Hằng Hữu". Là ai? Ngài là Con của Đức Chúa Trời. "Đấng Hằng Hữu" là danh của Đức Chúa Trời trong Xuất Ê-díp-tô-ký 3:14 và là danh xưng về thần tánh của Ngài trong Ê-sai 43:10. Đây cũng là cách Chúa Jêsus hiểu khi Ngài dùng mấy lời tuyệt đối nầy: "Quả thật, quả thật, ta nói cùng các ngươi, trước khi chưa có Áp-ra-ham, đã có ta" (Giăng 8:58). Chúa Jêsus muốn chúng ta tin rằng Ngài là Đức Chúa Trời. Đó là lý do Ngài phán rằng: "nầy, ta đã bảo trước cho các ngươi" (Ma-thi-ơ 24:25). Sự biết trước của Ngài là bản chất về thần tánh của Ngài.

Sự thông sáng của Chúa Jêsus là sự đảm bảo đầy thuyết phục về niềm tin đặt ở nơi thần tánh của Ngài. Vì thế mà các môn đồ của Ngài đã nói rằng: "Bây giờ chúng tôi biết thầy thông biết mọi điều, không cần phải có ai hỏi thầy; bởi đó nên chúng tôi tin thầy ra từ Đức Chúa Trời" (Giăng 16:30). Những ngày cuối cùng của Ngài còn trên đất, Chúa Jêsus đã hỏi Phi-e-rơ đến ba lần rằng: "Hỡi Si-môn, con Giô-na, ngươi yêu ta chăng? Phi-e-rơ buồn rầu vì Ngài phán cùng mình đến ba lần: Ngươi yêu ta chăng? Người bèn thưa rằng: Lạy Chúa, Chúa biết hết mọi việc; Chúa biết rằng tôi yêu Chúa!" (Giăng 21:17). Phi-e-rơ không hề kết luận vì Chúa biết tấm lòng của ông cho nên Ngài biết hết mọi sự; mà đúng hơn, ông đã kết luận rằng vì Chúa Jêsus là Đấng toàn tri cho nên Ngài mới biết rõ tấm lòng của ông. "Chúa biết hết mọi việc" là lời tuyên bố chung về mọi mặt của Phúc âm Giăng – tức là Chúa Jêsus biết hết mọi việc đang diễn ra và tất cả mọi việc sẽ xảy ra nữa.

Một lời tuyên bố có vẻ như trái ngược với điều nầy là Ma-thi-ơ 24:36 khi Chúa Jêsus phán về sự trở lại lần thứ hai của Ngài rằng: "Về ngày và giờ đó, chẳng có ai biết chi cả, thiên sứ trên trời hay là Con cũng vậy, song chỉ một mình Cha biết mà thôi". Tôi nghĩ điều nầy có nghĩa là về mặt nhân tánh của Ngài, chứ không phải thần tánh, Chúa Jêsus không biết thời điểm trở lại lần thứ hai của Ngài. Hai bản chất của Đấng Christ là nhân tánh và thần tánh ở trong Con người là một trong những sự mầu nhiệm của vũ trụ nầy.

Điều vĩ đại hơn nữa về sự thông sáng của Đấng Christ đó là Ngài hoàn toàn biết rõ về Đức Chúa Trời. Ngài biết Đức Chúa Trời một cách hoàn hảo vì Ngài là Đức Chúa Trời. Chúng ta chỉ biết Đức Chúa Trời một cách nửa vời chứ không biết một cách hoàn toàn được. Không người nào trên đất có thể biết rõ Đức Chúa Trời bằng Chúa Jêsus. "Mọi việc Cha ta đã giao cho ta; ngoài Cha không có ai biết Con; ngoài Con và người nào mà Con muốn tỏ ra cùng, thì cũng không ai biết Cha" (Ma-thi-ơ 11:27). Không ai biết Cha một cách trực tiếp, đầy đủ và hoàn hảo bằng Chúa Jêsus. Sự hiểu biết của chúng ta về Cha trên trời tùy thuộc hoàn toàn vào sự mặc khải đầy ân điển của Chúa Jêsus; sự hiểu biết của chúng ta chỉ là nửa vời và phải lệ thuộc vào Ngài vì chúng ta là tội nhân, không hoàn hảo.

Không có điều nào miêu tả về sự hiểu biết vĩ đại của Chúa Jêsus ngoại trừ điều nầy, đó là Ngài biết Đức Chúa Trời một cách hoàn hảo. Tất cả sự vật sự việc mà Đức Chúa Trời đã làm nên đều không thể sánh bằng sự thật đời đời về Đức Chúa Trời là Đấng Hằng Hữu. Những gì Đức Chúa Trời đã tạo nên đều là những điều kém cỏi nếu đem so sánh với bề sâu và sự phức tạp khi nói về Đức Chúa Trời là ai. Tất cả nghiên cứu khoa học đang đào bới bề nổi của vũ trụ chỉ giống như mới biết được vài ký tự đầu tiên trong bản chữ cái nếu đem so sánh với sự thông sáng toàn diện về vũ trụ của Đấng Christ. Còn sự hiểu biết về vũ trụ nầy chỉ giống như giọt sương đọng lại trên lá cỏ nếu đem so sánh với sự hiểu biết mênh mông như đại dương về chính Ngài là Đức Chúa Trời của Chúa Jêsus. Trong khi vũ trụ là tạo vật có giới hạn, thì Đức Chúa Trời là Đấng vô hạn. Sự hiểu biết trọn vẹn về sự vô hạn là vô hạn. Do đó, để biết Đức Chúa Trời, như Chúa Jêsus biết Đức Chúa Trời, cần phải có sự hiểu biết vô hạn.

Vì vậy, chúng ta hãy quỳ xuống và thờ lạy Đức Chúa Jêsus Christ. Cho dù chúng ta còn bị ấn tượng trước sự uyên bác của loài người và những thành tích đạt được của khoa học đi nữa, thì mong rằng chúng ta sẽ không dại dột phóng to những điều nhỏ nhặt như tiếng kêu chim chíp mà phớt lờ tiếng sấm vang rền về sự toàn tri của Đấng Christ. Chỉ có Chúa Jêsus mới là Đấng xứng đáng nhận được sự say mê tột cùng của chúng ta. Chỉ có Chúa Jêsus mới là Đấng đáng để chúng ta tin cậy. Ngài có thể cho chúng ta thấy Cha (Ma-thi-ơ 11:27). Ngài có thể ban cho chúng ta sự khôn ngoan một cách đầy thuyết phục (Lu-ca 21:15). Ngài có thể thấy được cách mọi sự hiệp lại làm ích cho chúng ta (Rô-ma 8:28). Không có sự phán xét nào của Ngài là sai lầm (Giăng 8:16). Ngài dạy về đường lối của Đức Chúa Trời bằng lẽ thật không chỗ trách được (Ma-thi-ơ 22:16). Hãy tin cậy ngài. Hãy say mê Ngài. Hãy tin theo Ngài. Vì "trong Ngài đã giấu kín mọi sự quí báu về khôn ngoan thông sáng" (Cô-lô-se 2:3).

Lời cầu nguyện

Nhìn thấy và Say mê Jêsus Christ

Lạy Cha, chúng con nói như trước giả Thi thiên rằng sự tri thứ dường ấy thật diệu kỳ quá cho chúng con; cao đến nỗi chúng con không với kịp. Chúng con lấy làm lạ về sự thông sáng và khôn ngoan vô hạn của Ngài. Chúng con có rất nhiều câu hỏi. Nhưng Ngài có tất cả câu trả lời. Không có sự gì là quá khó đối với Ngài. Không có sự gì mà Ngài không biết, không có nan đề nào mà Ngài không giải quyết được, không có sự kiện nào mà Ngài không thể giải thích được, không có sự giả hình nào mà Ngài không thấy được. Xin hãy giúp chúng con nhìn thấy và cảm nhận được sự toàn tri của Ngài, cùng với quyền năng và ân điển của Ngài, vì ấy là lý do khiến Ngài thật đáng tin cậy. Mưu luận của Ngài làm cho mọi thứ phải phục tùng, từ quá khứ cho đến tương lai. Ý định của Ngài không bao giờ thay đổi vì những sự kiện không thể thấy trước được. Chúng con không thể dò được Ngài. Chúng con cầu xin Cha hãy cho chúng con biết sự khôn ngoan và sự thông sáng vĩ đại của Ngài để chúng con biết sống bày tỏ tình yêu thương cho đến khi qua đời, hầu cho đời sống của chúng con đem đến sự sống cho người khác, làm thỏa mãn linh hồn của chúng con và tôn kính Ngài. Miệng người công bình là nguồn của sự sống, chúng con mong rằng mình sẽ đem sự sống đến cho người nào đang hư mất. Xin ban cho chúng con sự khôn ngoan của Ngài tùy vào lượng đức tin của chúng con. Trong danh Đức Chúa Jêsus Christ. A-men.

Danh tiếng tốt còn hơn tiền của nhiều;
Và ơn nghĩa quí hơn bạc và vàng.
Châm ngôn 22:1

Kìa, là người ham ăn mê uống,
bạn bè với người thâu thuế cùng kẻ xấu nết
Ma-thi-ơ 11:19

7

Sự nghèo khổ của Đấng không có tiếng tốt

Sự nhạo báng về Đức Chúa Jêsus Christ

†

Nếu "danh tiếng tốt còn hơn tiền của nhiều" (Châm ngôn 22:1), thì Chúa Jêsus nghèo vô cùng. Ngài không chỉ "tự bỏ mình đi", tức là từ bỏ sự giàu có vinh hiển ở thiên đàng (Phi-líp 2:7-8) để sống "không chỗ gối đầu" (Lu-ca 9:58) giữa vòng chúng ta, mà Ngài còn để cho danh tiếng của mình bị bôi nhoạ hết lần nầy đến lần khác. Kẻ kiện cáo Ngài nhiều vô kể. Tin đồn về Ngài chẳng được bào chữa. Còn sự thật nửa vời lại nhiều chỗ quanh co không lời giải đáp. Rốt cuộc, "danh tiếng tốt" về người vĩ đại nhất cũng bị huỷ hoại tại thành Giê-ru-sa-lem. Đoàn dân đông tôn Ngài làm vua cũng đã đóng đinh Ngài như kẻ có tội.

Nhưng đằng sau từng chi tiết ấy là sự huy hoàng! Hãy nghĩ đến danh dự của nhà Vua khi Ngài chịu những lời vu khống mà xem.

Sự ấy bắt đầu từ lúc Chúa giáng sinh. Đó là điều không thể tránh được, mà Chúa đã biết sẽ xảy ra: mẹ của Chúa Jêsus đã mang thai trước khi bà kết hôn. Giô-sép không phải là cha của Ngài. Vì vậy mà Ma-thi-ơ nói rằng: "Giô-sép, chồng nàng là người công chính,(e) không muốn bêu xấu nàng nên định âm thầm từ hôn" (Ma-thi-ơ 1:19). Đó không phải là kế hoạch của Đức Chúa Trời. Hổ thẹn không phải là chương trình của Ngài.

Chúng ta không biết Ma-ri đã chịu đựng như thế nào. Nhưng chúng ta biết được một chút những gì Chúa Jêsus đã chịu đựng. Kẻ thù của Ngài luôn nắm được yếu tố thắng lợi trong tay khi lẽ thật tấn công họ. Trong Giăng 8, Chúa Jêsus phơi bày những trò lừa đảo và tội lỗi ở trong họ, ngay cả nói họ là con cái của ma vương. Khi Chúa Jêsus phán rằng: "Các ngươi làm những công việc của cha mình", họ liền rút lá bài chủ ra nói rằng: "Chúng tôi không phải là con ngoại tình, chúng tôi chỉ có một Cha, là Đức Chúa Trời" (câu 41). Họ tố cáo một cách thẳng thừng: họ gọi Chúa Jêsus là con hoang. Cho đến thế kỷ thứ ba, Origen vẫn còn trả lời sự vu khống nầy trong bài viết của Celsus.

Nhưng có một điều đáng tôn kính đằng sau lời nhục mạ nầy! Phải, Ma-ri đã mang thai trước khi bà kết hôn. Phải, Giô-sép không phải là cha của Ngài. Nhưng Chúa Jêsus không phải là con ngoài giá thú. Có một sự thật khác: "Thiên sứ truyền rằng: Đức Thánh Linh sẽ đến trên ngươi, và quyền phép Đấng Rất Cao sẽ che phủ ngươi dưới bóng mình, cho nên con thánh sanh ra, phải xưng là Con Đức Chúa Trời" (Lu-ca 1:35). Không có đứa trẻ nào sanh ra giống như Ngài. Vì chỉ có Con Đức Chúa Trời duy nhất. Một người không tì vết. Một Đấng Thần nhân. Một Chiên Con không chỗ trách được sẽ gánh hết tội lỗi của thế gian. Một lẽ thật vô cùng tuyệt vời đằng sau những lời dối trá mà kẻ thù đã nói về Chúa Jêsus.

Sự nghèo khổ của Đấng không có tiếng tốt

Khi ai đó ghét những gì bạn làm, thì tất cả những gì được làm vì tình yêu thương đều sẽ bị vu oan. Chúa Jêsus đã phải ví thế hệ của Ngài như vầy: "Ta sẽ sánh dòng dõi nầy với ai? Dòng dõi nầy giống như con trẻ ngồi giữa chợ, kêu la cùng bạn mình" (Ma-thi-ơ 11:16). Họ không nhảy múa khi nghe tiếng sáo và cũng chẳng khóc than khi bài hát buồn. Đối với họ, tiếng nhạc của chân lý không lọt lỗ tai. Giăng Báp-tít là bài hát buồn. Còn Chúa Jêsus là tiếng sáo. Mà thế hệ của Ngài chẳng thèm nghe ai cả. Làm thế nào để dập tắt hai người nầy? Bằng cách phỉ báng họ.

"Vì Giăng đã đến, không ăn, không uống, người ta nói rằng: Giăng bị quỉ ám. Con người đến, hay ăn hay uống, thì họ nói rằng: Kìa, là người ham ăn mê uống, bạn bè với người thâu thuế cùng kẻ xấu nết. Song le, sự khôn ngoan được xưng là phải, bởi những việc làm của sự ấy" (ma-thi-ơ 11:18-19). Lẽ thật đến ăn mặc bằng da lạc đà và ăn châu chấu, sống trong đồng vắng và nhắc nhở các vua phạm tội ngoại tình, chẳng làm phép lạ và bị chặt đầu vì một vũ nữ. Điều nầy không được đón nhận. Vậy, chân lý đến cách công khai và đi dự tiệc, biến nước thành rượu và cho phép gái điếm rửa chân mình. Nhưng điều nầy cũng không được đón nhận.

Những điều trên có nghĩa là hình thức không phải là sự ngăn trở. Chính lẽ thật mới là hòn đá gây vấp phạm. Cho nên, cách duy nhất để những kẻ thù nghịch chân lý tìm được lối thoát đó là dựng chuyện và nói ra sự thật nửa vời. Chúa Jêsus là kẻ ham ăn mê uống. Đó là vì Ngài ngồi ăn với tội nhân và phường thâu thuế. Nhưng đằng sau những lời vu khống xấu xa ấy là sự vinh hiển của lòng thương xót. Tại sao Ngài lại ăn uống cùng tội nhân và kẻ thâu thuế? Ngài trả lời rằng: "Không phải người khỏe mạnh cần thầy thuốc, song là người đau ốm. Ta không phải đến gọi kẻ công bình hối cải, song gọi kẻ có tội" (Lu-ca 5:31-32). Đằng sau những lời nhạo báng về sự ham ăn là ánh hào quang của lòng nhân từ. Chúa Jêsus đã hy sinh tiếng tốt của Ngài để ngồi cùng tội nhân và cứu họ.

Sau đó là quyền phép đầy vinh hiển của Ngài để cứu rỗi mọi người thoát khỏi quỷ dữ. Làm thế nào sự tốt lành tuyệt vời như thế lại bị huỷ hoại? Sự thật về việc người ta được Chúa Jêsus giải cứu khỏi bị quỷ ám là điều không thể chối cải. Đó là điều có thật. Nhưng đã ghét lẽ thật rồi thì không dễ bị khuất phục bởi sự thật đâu. Sự thật chỉ càng giúp sức cho sự dối trá. "Người nầy cậy phép chúa quỉ mà trừ quỉ" (Ma-thi-ơ 9:34). "Chúng tôi nói thầy là người Sa-ma-ri, và bị quỉ ám, há không phải sao?" (Giăng 8:48). "Người bị quỉ ám, người là điên; sao các ngươi nghe làm chi?" (Giăng 10:20). Đó là cách tốt nhất mà họ có thể làm, đó là nói rằng: "Sa-tan đuổi Sa-tan.

Nhưng Chúa đã phơi bày lẽ thật để đáp lại sự phỉ báng nầy. "Một thành hay là một nhà mà chia xé nhau thì không còn được" (Ma-thi-ơ 12:25). Vậy, ngay cả những lời phỉ báng ấy cũng phải trở thành tin lành. Nhưng lẽ thật là điều tốt hơn: "Vương quốc Đức Chúa Trời đã đến với các ngươi rồi…làm thế nào người ta có thể vào nhà một người có sức mạnh để cướp tài sản nếu trước hết không trói người ấy lại? Phải trói người ấy lại rồi mới cướp nhà người được" (Ma-thi-ơ 12:28-29). Đằng sau những lời phỉ báng về Đấng Christ thì nước Đức Chúa Trời được bày ra. "Người có sức mạnh" đã bị trói bằng Đấng mạnh hơn vô cùng. Tài sản bị đoạt lại và tù nhân được trả tự do.

Trong trường hợp nầy, ma quỷ biết rõ hơn người Pha-ri-si: "Có người bị tà ma ám, kêu lên rằng: Hỡi Jêsus, người Na-xa-rét,… Tôi biết Ngài là ai: Là Đấng Thánh của Đức Chúa Trời" (Mác 1:23-24). Chúa Jêsus không đuổi quỷ bằng chúa quỷ. Ngài bắt phục các quỷ vì Ngài là Đấng Thánh của Đức Chúa Trời.

Những lời nhạo báng về Ngài xảy ra hết lần nầy đến lần

khác. "Người nầy không phải từ Đức Chúa Trời đến đâu, vì không giữ ngày Sa-bát" (Giăng 9:16). "Chúng ta biết người đó là kẻ có tội" (Giăng 9:24). "Ngài đã mất trí khôn" (Mác 3:21). "Nó đã cứu kẻ khác mà cứu mình không được" (Ma-thi-i7 27:42). "Chúng tôi có nghe người nói: Ta sẽ phá đền thờ nầy bởi tay người ta cất lên, khỏi ba ngày ta sẽ cất một đền thờ khác không phải bởi tay người ta cất" (Mác 14:58). Nhưng mỗi lần như vậy, "sự khôn ngoan được biện minh bằng những hành động của nó" (Ma-thi-ơ 11:19). "Nếu người nầy không đến từ Đức Chúa Trời thì không thể làm được gì cả" (Giăng 9:33). "Không ai cất mạng sống Ta đi được, nhưng Ta tự nguyện hi sinh. Ta có quyền hi sinh mạng sống và có quyền lấy lại. Ta đã nhận mệnh lệnh nầy từ nơi Cha Ta" (Giăng 10:18).

Rốt cuộc, chỉ có "danh tiếng tốt" mà Đức Chúa Trời nghĩ về chúng ta mới quan trọng, chứ không phải những gì người khác nghĩ về chúng ta. Lời nhạo báng sau cùng xảy ra tại thập tự giá. "Nếu Đức Chúa Trời yêu nó thì bây giờ Ngài phải giải cứu cho" (Ma-thi-ơ 27:43). Nếu sao? Không có câu hỏi nào nữa. "nầy là Con yêu dấu của ta, đẹp lòng ta mọi đàng" (Ma-thi-ơ 3:17). Đây là tiếng tốt duy nhất có tầm quan trọng ở phút cuối cùng. Đó mới là sự giàu có thật. Đó mới là vinh hiển của Đấng Christ.

Lời cầu nguyện

Lạy Cha trên trời, Ngài là Đấng duy nhất có quyền đoán xét trong ngày cuối cùng. Những gì loài người nghĩ có thể làm cho những ngày trên đất của chúng con rạng rỡ hơn hay nặng nề hơn. Nhưng bấy nhiêu không thể sánh bằng lời phán xét trong ngày cuối cùng. Có thể được tiếng tốt trước mặt mọi người trong đời nầy là tốt hơn sự giàu có, nhưng chẳng có tiếng tốt hay sự giàu có nào có thể chống chọi trước lò lửa đã thét luyện. Lẽ thật mới là điều quan trọng. Quan điểm của loài người hay tiền bạc không hề quan trọng. Đây là điều chúng con đã học được từ Con Ngài là Chúa Jêsus. Chúng con yêu mến sự kiên định của Ngài trước những lời bàn tán của loài người. Chúng con ngợi khen Đức Chúa Trời vì Chúa Jêsus đã chăm xem một mình Ngài là kim chỉ nam cho đời sống của Ngài. Chúng con đau buồn vì bản chất tội lỗi của loài người đã nói ra những lời nhục mạ Chúa Jêsus. Chúng con đã nhìn thấy sự mục nát của mình trong những lời phỉ báng ấy. Xin tha thứ cho những lời vu khống hay sự im lặng mà chúng con đã nói về Con Đức Chúa Trời. Xin làm đầy tâm trí và môi miệng của chúng con bằng lẽ thật của Đấng Christ đến nỗi chúng con sẽ nói tốt về Ngài. Xin đừng để chúng con thêm thắt vào những lời nói sai trật về Đấng Christ trong thế gian nầy. Xin hãy dùng môi miệng của chúng con làm dấu chỉ về Đấng Christ là Con Đức Chúa Trời. Thịt và huyết không thể dạy chúng con điều nầy được; mà chỉ có Cha trên trời đã bày tỏ với chúng con những điều ấy. Chúa ơi, xin hãy phán qua Lời của Ngài một cách năng quyền hầu cho chúng con nhìn thấy lẽ thật về Chúa Jêsus ở khắp mọi nơi. Xin hãy khiến tấm lòng của chúng con yêu mến Ngài. Xin hãy cất đi những điều xấu xa mỗi khi chúng con nói về Ngài. Nguyện Con Ngài được vinh hiển trong mọi lời nói của chúng con! Trong danh Đức Chúa Jêsus Christ. A-men.

Ngài bị rủa mà chẳng rủa lại,
chịu nạn mà không hề ngăm dọa,
nhưng cứ phó mình cho Đấng xử đoán công bình.
1 Phi-e-rơ 2:23

Đức Giê-hô-va lấy làm vừa ý
mà làm tổn thương người,
và khiến gặp sự đau ốm.
Ê-sai 53:10

8

Chịu khổ đến tột cùng

Nỗi thống khổ của Đức Chúa Jêsus Christ

†

Nỗi thống khổ mà Con Đức Chúa Trời phải chịu là vô đối. Không có người nào từng chịu khổ sở giống như Ngài. Suốt cõi đời đời, chúng ta sẽ chiêm ngưỡng nỗi thống khổ của Con Đức Chúa Trời và hát rằng: "Chiên Con đã bị giết thật xứng đáng" (Khải huyền 5:12).

Bá tước Zinzendorf (1700-1760) và giáo hội Moravian đã phát triển một nền thần học dựa trên những đau thương và sự đổ huyết của Chúa Jêsus đến nỗi vài người tin Chúa đã mất đi sự cân bằng khi tập chú hẳn vào "năm vết thương" của Đấng Christ. Nhưng ngày nay, chúng ta không còn bị nguy hiểm khi tập chú quá mức vào nỗi thống khổ của Chúa Jêsus nữa. Vì vậy, hãy cùng tôi thờ phượng Đấng Christ là Đấng đã chịu khổ một cách huy hoàng.

Không có người nào chịu khổ ít mà được nhận lãnh nhiều.

Nhìn thấy và Say mê Jêsus Christ

Cuộc đời toàn hảo của Ngài đã được Đức Chúa Trời đóng ấn bằng hai chữ: "vô tội" (Hê-bơ-rơ 4:15). Ngài là người duy nhất trong lịch sử không xứng đáng phải chịu khổ, mà lại khổ sở rất nhiều. Ngài "chưa hề phạm tội, trong miệng Ngài không thấy có chút chi dối trá" (1 Phi-e-rơ 2:22). Không có nỗi đau nào mà Ngài đã chịu là giá trả cho tội lỗi của Ngài. Ngài không hề phạm tội.

Do đó, không ai biết mình có quyền trả thù mà lại ít dùng đến quyền hạn ấy. Ngài đã từ bỏ quyền phép đời đời ấy mỗi khi phải chịu khổ sở. "Ngươi tưởng ta không có thể xin Cha ta lập tức cho ta hơn mười hai đạo thiên sứ sao?" (Ma-thi-ơ 26:53). Nhưng Ngài đã không làm điều đó. Mỗi khi toà án tối cao của vũ trụ nói rằng: "Bất công!" thì Chúa Jêsus giữ im lặng. "Song Đức Chúa Jêsus không đáp lại một lời gì, đến nỗi làm cho quan tổng đốc lấy làm lạ lắm" (Ma-thi-ơ 27:14). Ngài cũng chẳng bác bỏ lời nhạo báng nào cả: "Ngài bị rủa mà chẳng rủa lại, chịu nạn mà không hề ngăm dọa" (1 Phi-e-rơ 2:23). Ngài cũng không bào chữa cho mình trước sự tra hỏi của vua Hê-rốt: "Ngài không trả lời gì hết" (Lu-ca 23:9). Trong đời nầy, chẳng ai chịu bất công mà không trả thù.

Ấy không phải vì Ngài có thể gánh chịu sự đau khổ dường ấy. Nếu chúng ta bị ép chứng kiến, thì có lẽ không ai trong chúng ta còn tỉnh táo. Trong khu vườn, "Ngài cầu nguyện càng thiết, mồ hôi trở nên như giọt máu lớn rơi xuống đất" (Lu-ca 22:44). Vào giữa đêm, trước mặt thầy tế lễ cả, "Họ bèn nhổ trên mặt Ngài, đấm Ngài, lại có kẻ vả Ngài" (Ma-thi-ơ 26:67). Trước mặt quan tổng đốc, họ "đánh đòn" Ngài (Ma-thi-ơ 27:26). Eusebius (vào thế kỷ 300 S.C.) đã mô tả trận đòn của người La-mã thấu đến tĩnh mạch và động mạch của cơ thể, đến nỗi những nơi kín đạo nhất, tức là ruột gan và nội tạng, cũng phải lộ ra trước mặt mọi người".

Trong sự đau khổ Ngài phải chịu, quân lính đã giễu cợt

Ngài. Họ mặc cho Ngài những áo choàng của vua chúa để chế nhạo Ngài. Họ bắt đầu "nhổ trên Ngài, đậy mặt Ngài lại, đấm Ngài, và nói với Ngài rằng: Hãy nói tiên tri đi! Các lính canh lấy gậy đánh Ngài" (Mác 14:65). Một mão gai bị ép đội trên đầu Ngài – tệ hơn nữa là cây sậy làm cho gai đâm vào sọ Ngài. "Lại lấy cây sậy đánh đầu Ngài, nhổ trên Ngài, và quì xuống trước mặt Ngài mà lạy" (Mác 15:19). Trong tình trạng ấy, Ngài không thể tự vác thập tự giá được (Ma-thi-ơ 27:32).

Sự tra tấn và tủi nhục tiếp tục xảy ra. Ngài bị lột trần. Tay chân của Ngài bị đóng đinh vào thập tự giá (Công-vụ 2:23; Thi thiên 22:16). Trò nhạo báng vẫn không dừng lại cho tới sáng hôm sau. "Lạy Vua của dân Giu-đa!...Ngươi là kẻ phá đền thờ và dựng lại trong ba ngày, hãy cứu lấy mình đi! Nếu ngươi là Con Đức Chúa Trời, hãy xuống khỏi cây thập tự!" (Ma-thi-ơ 27:29, 40). Ngay cả một trong những tên cướp "cũng mắng nhiếc Ngài" (Lu-ca 23:39).

Đó là một cái chết gớm ghê. Quyển International Standard Bible Encyclopedia cho chúng ta biết rằng: "Những vết thương sưng lên vì những cây đinh sắt, những sợi gân và dây thần kinh bị xé rách toạt ra gây đau đớn đến kinh khủng. Máu tụ lại nơi động mạch ở đầu và dạ dày cùng cơn đau đầu xảy ra…Nạn nhân bị đóng đinh trên thập tự giá phải chịu một cái chết gấp ngàn lần…Sự đau khổ kinh khủng đến nỗi "ngay cả lòng thương hại của những kẻ bị mê hoặc bởi chiến tranh cũng phải xao xuyến".

Tất cả đều xảy ra với "bạn của tội nhân" một cách rất cô đơn, không ai ở bên cạnh. Giu-đa đã phản bội Ngài bằng một cái hôn (Lu-ca 22:48). Phi-e-rơ chối Ngài đến ba lần (Ma-thi-ơ 26:75). "Hết thảy môn đồ bỏ Ngài mà trốn đi" (Ma-thi-ơ 26:56). Trong giờ phút tối tăm nhất của lịch sử thế giới, Đức Chúa Cha đã hình phạt Con một của Ngài thay cho chúng ta. "Chúng ta lại tưởng rằng người đã bị Đức Chúa Trời đánh và đập, và làm cho khốn khổ" (Ê-sai 53:4). Người duy nhất trong thế giới nầy biết rõ Đức Chúa Trời (Ma-thi-ơ 11:27) đã kêu lên rằng: "Đức Chúa Trời tôi ơi! Đức Chúa Trời tôi ơi! Sao Ngài lìa bỏ tôi?" (Ma-thi-ơ 27:46).

Chưa bao giờ có sự chịu khổ nào như thế dù là trước đó hay sau nầy vì sự trừng phạt kinh khủng ấy đã được định trước. Chính Đức Chúa Cha đã dự định như vậy, còn Đức Chúa Con đã làm trọn kế hoạch ấy. "Đức Giê-hô-va lấy làm vừa ý mà làm tổn thương người, và khiến gặp sự đau ốm" (Ê-sai 53:10). Chúa Jêsus đã "bị nộp theo ý định trước và sự biết trước của Đức Chúa Trời" (Công-vụ 2:23). Vua Hê-rốt, tổng đốc Phi-lát, quân lính và dân Giu-đa đã làm "mọi việc tay Ngài và ý Ngài đã định trước" (Công-vụ 4:28) cho Chúa Jêsus. Sự chịu khổ của Con Ngài đã được viết cách chi tiết trong Kinh Thánh. "Đức Chúa Jêsus biết mọi việc đã được trọn rồi, hầu cho lời Kinh thánh được ứng nghiệm, thì phán rằng: Ta khát" (Giăng 19:28).

Sự chịu khổ ấy không chỉ được định trước, mà còn được thực hiện trong sự vâng phục. Chúa Jêsus đã chấp nhận chịu đau thương. Ngài chọn làm điều ấy – "vâng phục cho đến chết, thậm chí chết trên cây thập tự" (Phi-líp 2:8). Còn sự vâng phục của Ngài được thực hiện bằng cách tin cậy nơi Cha của Ngài. "Ngài bị rủa mà chẳng rủa lại, chịu nạn mà không hề ngăm dọa, nhưng cứ phó mình cho Đấng xử đoán công bình" (1 Phi-e-rơ 2:23). "Hỡi Cha, tôi giao linh hồn lại trong tay Cha! Ngài vừa nói xong thì tắt hơi" (Lu-ca 23:46).

Bởi đức tin, "Ngài quyết định đi đến thành Giê-ru-sa-lem" (Lu-ca 9:51). Tại sao vậy? "Vì một đấng tiên tri không thể chết bên ngoài Giê-ru-sa-lem" (Lu-ca 13:33). Ngài đã quyết định chịu chết. "Ta sẽ nói gì đây? 'Cha ơi, xin cứu Con khỏi giờ nầy! Nhưng cũng chính vì giờ nầy mà Con đã đến" (Giăng 12:27). Ngài đã đến để chịu chết.

Vì vậy, sự chịu khổ và sự yếu đuối của Chúa Jêsus là cách để bày tỏ uy quyền tể trị của Ngài. "Không ai cất mạng sống Ta đi được, nhưng Ta tự nguyện hi sinh" (Giăng 10:18). Ngài đã chọn thực hiện ý muốn của Cha để chịu khổ và chịu chết.

Ý muốn ấy là gì? Đó là để thay thế chúng ta, hầu cho chúng ta được sống. "Vì Con người đã đến…phó sự sống mình làm giá chuộc cho nhiều người" (Mác 10:45). "Ngài gánh tội lỗi chúng ta trong thân thể Ngài trên cây gỗ" (1 Phi-e-rơ 2:24). "Đức Giê-hô-va đã làm cho tội lỗi của hết thảy chúng ta đều chất trên người" (Ê-sai 53:6).

Còn mục tiêu của hết thảy những điều đó là gì? "Chẳng có sự yêu thương nào lớn hơn là vì bạn hữu mà phó sự sống mình" (Giăng 15:13). Phải, nhưng mục tiêu cuối cùng là gì? Tình yêu ấy đeo đuổi điều gì? Hai mục đích lớn nhất đã được hoàn thành qua sự chịu khổ của Đấng Christ, mà thực ra cả hai mục đích ấy đều là một. Thứ nhất, "Đấng Christ cũng vì tội lỗi chịu chết một lần, là Đấng công bình thay cho kẻ không công bình, để dẫn chúng ta đến cùng Đức Chúa Trời" (1 Phi-e-rơ 3:18). Sự chịu khổ của Chúa Jêsus chính là để dẫn chúng ta đến cùng Đức Chúa Trời là Đấng có trọn sự khoái lạc và sự vui sướng vô cùng. Thứ hai, chính trong giờ phút đối diện với sự chết, Đức Chúa Cha và Đức Chúa Con cùng được vinh hiển. "Hiện bây giờ Con Người được vinh hiển, và Đức Chúa Trời được vinh hiển nơi Con Người" (Giăng 13:31). Niềm vui của chúng ta trong sự say mê Đức Chúa Trời và sự vinh hiển của Ngài trong sự cứu rỗi chúng ta đều là một. Đó là sự chịu khổ tột cùng đầy vinh hiển của Đấng Christ.

Lời cầu nguyện

Nhìn thấy và Say mê Jêsus Christ

Lạy Cha, chúng con sẽ nói gì đây? Chúng con thấy mình không xứng đáng để Đấng Christ chịu khổ đến như vậy. Chúng con xin lỗi Ngài. Ấy là vì tội lỗi của chúng con mà những điều đó phải xảy ra. Ấy là chính chúng con đã đánh Ngài, nhổ trên Ngài và nhạo báng Ngài. Cha ơi, chúng con xin lỗi Ngài. Chúng con xin cúi mình và không muốn thốt lên bất kỳ điều gì dù là rất nhỏ trong linh hồn tội lỗi của mình. Cha ơi, xin đụng chạm chúng con hầu cho chúng con biết tin cậy vào những điều phi thường nầy. Sự đau đớn mà Đấng Christ gánh chịu đã cứu rỗi chúng con thoát khỏi sự tuyệt vọng. Xin Chúa giúp chúng con có lòng kính sợ mà tiếp nhận Phúc âm. Xin Chúa đánh thức những góc chết vô cảm trong lòng chúng con để biết mình được yêu bằng tình yêu thương rất mãnh liệt, sâu đậm và thánh sạch nhất trong cõi vũ trụ. Xin Chúa giúp chúng con cùng với các thánh đồ hiểu được bề cao, bề sâu, bề dài, bề rộng của tình yêu Ngài trổi hơn mọi sự thông biết, hầu cho chúng con được đầy dẫy mọi sự ở trong Đức Chúa Trời. Xin Ngài chiến trận cho chúng con hầu cho chúng con không bị tê liệt, mù loà và dại dột trước những sự hào nhoáng hư không và trống rỗng. Xin Ngài giúp chúng con không lãng phí cuộc đời thật ngắn ngủi, thật quý báu, đầy đau khổ vào những thứ ảo tưởng của thế gian. Thiên đàng thật tuyệt vời, địa ngục thật kinh khủng, cõi đời đời thật dài đến nỗi chúng con nên nghiêm túc trước những điều nầy. Chúa ơi, xin hãy mở mắt chúng con để nhìn thấy rõ sự chịu khổ của Đấng Christ lớn lao thế nào và điều ấy có ý nghĩa ra sao đối với tội lỗi, sự thánh khiết, sự trông cậy và thiên đàng. Chúng con sợ rằng mình sẽ bị khuất phục trước những thứ tầm thường của đời. Xin thức tỉnh chúng con để nhìn biết sự chịu khổ tột cùng đầy vinh hiển của

Chịu khổ đến tột cùng

Đấng Christ. Chúng con cầu nguyện trong danh vĩ đại và tuyệt vời của Ngài. A-men.

Người nầy lấy quyền phép sai khiến
đến tà ma, mà nó cũng phải vâng lời!
Mác 1:27

Chính Đức Chúa Jêsus cũng có
phần vào đó [huyết và thịt], hầu cho
Ngài bởi sự chết mình mà phá diệt
kẻ cầm quyền sự chết, là ma quỉ.
Hê-bơ-rơ 2:14

9

Được vinh hiển khi cứu rỗi tội nhân, chứ không phải đánh bại Sa-tan

Sự hy sinh cứu chuộc của Đức Chúa Jêsus Christ

†

Sự vinh hiển của Đấng Christ được bày tỏ qua thẩm quyền và sức mạnh tuyệt đối của Ngài để đánh bại hay trục xuất Sa-tan và mọi tà ma. Nhưng lý do khiến Ngài không tận diệt chúng ấy là để bày tỏ giá trị và vẻ đẹp tối thượng của Ngài một cách rõ ràng hơn. Nếu Đấng Christ trừ diệt hết thảy tà ma bây giờ (là điều Ngài có thể làm), thì mọi người sẽ thấy được sức mạnh vô đối của Ngài là rất vinh hiển, nhưng vẻ đẹp và giá trị tối thượng của Ngài sẽ không chiếu sáng cách rực rỡ khi loài người từ bỏ những lời hứa của Sa-tan và tìm thấy niềm vui trong sự vinh hiển vĩ đại hơn của Đấng Christ.

Ma quỷ và các quỷ sứ của nó không thể được cứu rỗi. Chúa Jêsus ngụ ý điều nầy khi Ngài phán rằng "lửa đời đời đã

Nhìn thấy và Say mê Jêsus Christ

sắm sẵn cho ma quỉ và những quỷ sứ nó" (Ma-thi-ơ 25:41). Còn Giu-đe khẳng định điều nầy khi ông nói rằng "Ngài đã dùng dây xích họ trong nơi tối tăm đời đời, cầm giữ lại để chờ sự phán xét ngày lớn" (câu 6). Vì vậy, lý do khiến Đấng Christ trì hoãn sự đoán xét của Ngài ở trên hết thảy tà ma ấy là không phải để chúng có cơ hội ăn năn và được cứu rỗi.

Vậy thì tại sao không tận diệt chúng hết thảy, hay ít nhất là khiến chúng nó không được làm hại ai cả? Có phải vì chúng có ý chí tự do (nghĩa là có quyền tự quyết) và Đấng Christ không thể ngăn cản chúng nó chăng? Không phải. Có rất nhiều câu Kinh Thánh mô tả thẩm quyền và sức mạnh của Đấng Christ để ngăn trở và trục xuất Sa-tan cùng các quỷ sứ của nó. Thí dụ, (1) "Người nầy [Đấng Christ] lấy quyền phép sai khiến đến tà ma, mà nó cũng phải vâng lời!" (Mác 1:27). (2) Khi Sa-tan hành động cách tự do, ấy là vì nó được sự cho phép từ thiên thượng. "Hỡi Si-môn, Si-môn, nầy, quỉ Sa-tan đã đòi sàng sảy ngươi như lúa mì. Song ta đã cầu nguyện cho ngươi, hầu cho đức tin ngươi không thiếu thốn. Vậy, đến khi ngươi đã hối cải, hãy làm cho vững chí anh em mình" (Lu-ca 22:31-32). (3) Ngay cả sứ đồ Phao-lô có "cái dằm xóc vào thịt" là "quỷ sứ của Sa-tan", ấy là để Đấng Christ giúp Phao-lô có sự khiêm nhường và cũng để bày tỏ quyền phép của Đấng Christ (2 Cô-rinh-tô 12:7-10). (4) Cuối cùng, Đức Chúa Trời sẽ trói buộc Sa-tan một ngàn năm, rồi ném hắn vào trong hồ lửa đời đời (Khải huyền 20:1,10). Do đó, Sa-tan được phép đi lại trong thế gian không phải vì Đấng Christ không có thẩm quyền và sức mạnh để trừ diệt nó. Vậy thì, lý do là gì?

Đấng Christ chắc phải đánh đổi rất nhiều khi cho phép Sa-tan tồn tại, bởi vì ngay cả khi Ngài có quyền và sức mạnh để trừ diệt nó ngay bây giờ thì Ngài đã đánh bại nó bằng chính mạng sống của mình. "Con Đức Chúa Trời đã hiện ra để hủy phá công việc của ma quỷ" (1 Giăng 3:8). Nhưng Ngài đã làm

Được vinh hiển khi cứu rỗi tội nhân, chứ không phải đánh bại Sa-tan

điều nầy như thế nào? Hê-bơ-rơ 2:14 đưa ra một câu trả lời: "chính Đức Chúa Jêsus cũng mang lấy huyết nhục giống như họ, để qua sự chết, Ngài tiêu diệt kẻ cầm quyền sự chết là ma quỷ". Nói cách khác, Đấng Christ trở nên giống như loài người hầu cho khi Ngài chịu chết thì chính sự chết ấy "tiêu diệt" ma quỷ.

Điều nầy cho thấy mục tiêu của Đấng Christ trong việc tiêu diệt ma quỷ phải có ý nghĩa nào đó khác với việc trừ bỏ mọi ảnh hưởng chết người của Sa-tan. Ngài có thể làm điều đó bằng cách phán rằng: "Hãy xuống địa ngục!" Ma quỷ cũng phải vâng lời ngay – nếu Ngài muốn làm điều đó vào một ngày không xa! Vậy thì, Đấng Christ đã đánh bại Sa-tan để đạt được điều gì? Tại sao điều ấy lại còn hơn hẳn việc trừ bỏ Sa-tan khỏi lịch sử?

Chìa khoá nằm ở chỗ Sa-tan đã bị đánh bại bằng sự chết của Chúa Jêsus. Sứ đồ Phao-lô đã ám chỉ về sự chết của Đấng Christ như thế nầy: "Ngài đã phế bỏ các quyền thống trị, các thế lực, dùng thập tự giá chiến thắng chúng, và bêu chúng ra giữa thiên hạ" (Cô-lô-se 2:15). Ngài đã phế bỏ "các quyền thống trị, "các thế lực" của Sa-tan như thế nào? Sa-tan vẫn có thể làm mù lòng (2 Cô-rinh-tô 4:4), cám dỗ (1 Tê-sa-lô-ni-ca 3:5), lừa dối (Khải huyền 20:3), quăng vào ngục (Khải huyền 2:10), bắt giữ (2 Ti-mô-thê 2:26) và huỷ hoại phần xác thịt (1 Cô-rinh-tô 5:5). Có vẻ như nó không hề bị phế bỏ hay tiêu diệt. Ngài đã phế bỏ nó bằng sự chết của Chúa Jêsus như thế nào?

Câu trả lời đó là sự chết của Chúa Jêsus đã khiến tội lỗi không còn ảnh hưởng trên hết thảy những ai đặt niềm tin nơi Đấng Christ. Vũ khí mà Sa-tan dùng để huỷ hoại linh hồn đó là tội lỗi và sự mặc cảm đã bị đoạt khỏi tay của nó. Ngài đã phế bỏ thứ vũ khí có thể định tội chúng ta – đó là tội lỗi. Chúng ta thấy điều nầy trong 1 Cô-rinh-tô 15:55-57 chép rằng: "Hỡi sự chết, sự thắng của mầy ở đâu? Hỡi sự chết, cái nọc của mầy ở đâu? Cái nọc sự chết là tội lỗi, sức mạnh tội lỗi là luật pháp. Nhưng, tạ ơn Đức Chúa Trời đã cho chúng ta sự thắng, nhờ Đức Chúa Jêsus Christ chúng ta". Tại sao tội lỗi là cái nọc của sự chết? Vì chỉ có những tội nào không được tha thứ mới có thể định tội linh hồn và làm cho sự chết trở thành cánh cửa đi vào địa ngục, chứ không phải đi vào thiên đàng. Vì vậy, Sa-tan có thể huỷ hoại linh hồn không phải bằng phim ảnh khiêu dâm hay ma quỷ hiện hình hay bệnh tật hay sự bắt bớ, mà bằng sự mặc cảm tội lỗi trong chúng ta. "Nhưng, tạ ơn Đức Chúa Trời" như Phao-lô nói, "đã cho chúng ta sự thắng, nhờ Đức Chúa Jêsus Christ chúng ta".

"Vả, Đấng Christ cũng vì tội lỗi chịu chết một lần, là Đấng công bình thay cho kẻ không công bình, để dẫn chúng ta đến cùng Đức Chúa Trời" (1 Phi-e-rơ 3:18). Nếu tội lỗi của chúng ta được tha thứ vì cớ Đấng Christ, thì Sa-tan không còn thứ vũ khí để định tội chúng ta nữa. Đây là những gì Hê-bơ-rơ 2:14 muốn nói đó là: sự chết của Đấng Christ đã "phá diệt kẻ cầm quyền sự chết, là ma qui". Sa-tan là "kẻ cầm quyền sự chết" có nghĩa là nó đã dùng cái nọc của sự chết. Nhưng bây giờ thì nhờ huyết của Đấng Christ mà tội lỗi của chúng ta được tha thứ, còn vũ khí huỷ hoại linh hồn con người của Sa-tan đã không còn hiệu lực ở trên hết thảy những ai ở trong Đấng Christ. Không còn sự định tội nào nữa – từ Sa-tan hay bất kỳ ai.

Bạn có thể thấy điều nầy một lần nữa qua câu Kinh Thánh sau: "Cái nọc sự chết là tội lỗi, sức mạnh tội lỗi là luật pháp" (1 Cô-rinh-tô 15:56). Nếu tội lỗi là cái nọc của sự chết, điều nầy đúng lắm vì luật pháp đã nói rõ về án phạt đời đời của tội lỗi. "Vì tiền công của tội lỗi là sự chết" (Rô-ma 6:23). Nhưng khi Đấng Christ chịu chết là sự thay thế hoàn hảo của chúng ta, thì sứ đồ Phao-lô nói rằng Đức Chúa Trời "đã xóa tờ khế

Được vinh hiển khi cứu rỗi tội nhân, chứ không phải đánh bại Sa-tan

lập nghịch cùng chúng ta, các điều khoản trái với chúng ta nữa, cùng phá hủy tờ khế đó mà đóng đinh trên cây thập tự" (Cô-lô-se 2:14). Vậy, vũ khí của luật pháp đã bị tước đoạt khỏi tay của Sa-tan. Nó không còn dùng thứ vũ khí ấy để định tội những ai thuộc về Đức Chúa Trời nữa.

Bây giờ, không còn tội lỗi và luật pháp để định tội, lên án và áp bức chúng ta nữa, thì Sa-tan là kẻ thù đã bị đánh bại. Nó đã bị phế truất. Đấng Christ đã thắng hơn nó, không phải bằng cách tận diệt nó, mà bằng cách để cho nó sống và chứng kiến hàng triệu thánh đồ tìm thấy sự tha thứ tội lỗi của họ và quay lưng khỏi Sa-tan vì sự vinh hiển vĩ đại của ân điển ở trong Đấng Christ.

Đó là sự đắc thắng phải trả giá đắt. Nhưng giá trị của Đức Chúa Trời cũng chẳng dễ gì có được. Nếu Đức Chúa Trời chấm dứt sự tồn tại của Sa-tan, thì sẽ không thể nào thấy rõ Đức Chúa Trời vừa là Đấng mạnh sức hơn vừa là Đấng đáng chuộng hơn Sa-tan đến đời đời. Đức Chúa Trời muốn sự vinh hiển của Ngài phải chiếu sáng thật rực rỡ không chỉ qua hành động bày tỏ sức mạnh về mặt vật lý, mà còn qua hành động bày tỏ năng quyền thuộc linh và đạo lý, đến nỗi phô bày ân điển rất đẹp đẽ của Ngài bằng đủ mọi màu sắc đa dạng. Sự hy sinh đền tội và sự vâng phục luật pháp cách trọn vẹn của Đấng Christ đã cứu rỗi tội nhân thoát khỏi bàn tay của Sa-tan mà đến cùng Đức Chúa Trời là sự đắc thắng còn vinh hiển hơn rất nhiều lần so với việc tiêu diệt Sa-tan chỉ trong tích tắc.

Lời cầu nguyện

Lạy Cha trên trời, chúng con đã nhận ra rằng Ngài quan tâm đến sự vinh hiển của Con Ngài nhiều đến nỗi cho phép Sa-tan còn tồn tại để nhìn thấy điều ấy được ứng nghiệm một cách hoàn toàn. Chúng con thật hổ thẹn khi lằm bằm về những gì đang xảy ra trong đời sống mà không nỗ lực hết mình để tôn cao những lý do đáng tôn vinh Đấng Christ trong việc để cho kẻ thù còn tồn tại. Xin tha thứ cho chúng con vì đã không nhìn thấy những mục đích đầy thánh khiết của Ngài. Chúa ơi, còn bây giờ, nhờ huyết của Con Ngài là Cứu Chúa của chúng con, xin giúp chúng con thắng hơn Sa-tan. Xin giúp chúng con nhìn thấy và say mê giá trị siêu việt của Đấng Christ. Xin giúp chúng con làm hổ thẹn Sa-tan bằng cách tôn vinh Chúa Jêsus. Xin giúp chúng con khoe mình về thập tự giá. Xin giúp chúng con tríu mến công tác mà Đấng Christ đã hoàn thành để phế bỏ Sa-tan và huỷ phá cái nọc của sự chết. Xin dạy chúng con biết cách đánh trận bằng đức tin để chống lại quyền lực của tội lỗi, hầu cho chúng con càng tin cậy vào Đấng Christ đã mua chuộc sự tha thứ tội lỗi cho chúng con và đảm bảo sự đắc thắng cho hết thảy những ai đặt lòng tin cậy Ngài. Xin hãy khiến mọi mưu chước gian ác của kẻ thù trở thành kế hoạch nên thánh của tình yêu thương. Xin giải cứu chúng con khỏi sự lừa dối của nó. Xin làm cho mắt của lòng chúng con nhìn thấy vẻ đẹp của Đấng Christ một cách rõ ràng hơn nữa. Xin dùng chúng con làm công cụ để đánh bại Sa-tan cho đến khi Ngài trở lại để trừ diệt nó bằng hơi thở của miệng Ngài. Xin khiến chúng con thêm lòng dũng cảm để giải cứu người khác bằng gươm của Thánh Linh, là Lời Đức Chúa Trời, cũng là Phúc âm vĩ đại của Ngài. Trong danh Đức Chúa Jêsus Christ. A-men.

Nhưng Đức Chúa Trời,
là Đấng giàu lòng thương xót, vì cớ lòng
yêu thương lớn Ngài đem mà yêu
chúng ta, nên đang khi chúng ta chết vì tội
mình, thì Ngài làm cho chúng ta
sống với Đấng Christ…
Ê-phê-sô 2:4-5

Vậy, chúng ta hãy vững lòng
đến gần ngôi ơn phước,
hầu cho được thương xót
và tìm được ơn để giúp chúng ta
trong thì giờ có cần dùng.
Hê-bơ-rơ 4:16

10

Đức Chúa Trời giàu lòng thương xót bằng xương bằng thịt

Lòng thương xót của Đức Chúa Jêsus Christ

†

Đức Chúa Trời là Đấng giàu có nhất trong cõi vũ trụ. Ngài không chỉ sở hữu tất cả mọi thứ nhiều hơn bất kỳ người nào. Ngài còn sở hữu mọi người và mọi thứ mà loài người đang có nữa. Khi bạn tạo nên một vật, thì nó thuộc về bạn. Còn Đức Chúa Trời đã tạo nên vạn vật – bao gồm cả chúng ta. "Chính Ngài đã dựng nên chúng tôi, chúng tôi thuộc về Ngài; chúng tôi là dân sự Ngài, là bầy chiên của đồng cỏ Ngài" (Thi thiên 100:3). Chỉ có một Đấng duy nhất đang sở hữu cả cõi vũ trụ, đó là: Đức Chúa Trời. Còn chúng ta được giao cho trách nhiệm coi sóc. Không ai trong chúng ta hay những gì chúng ta có là thuộc về chúng ta. Tất cả đều được giao cho để sử dụng theo mục đích của Ngài. Vì thế, nói cách khác, phạm tội có nghĩa là mắc tội biển thủ tài sản.

Nhưng, điều cần phải lưu ý đó là Tân Ước mô tả của cải của Đức Chúa Trời không chỉ được kể là những gì Ngài đã tạo nên và sở hữu, mà phải được kể là sự vinh hiển của Ngài trong cõi đời đời. Chúng ta thường đọc thấy về "sự giàu có vinh hiển Ngài" hay "sự giàu có của Ngài ở nơi vinh hiển" (thí dụ trong Ê-phê-sô 3:16; Phi-líp 4:19; Cô-lô-se 1:27). Nếu Đức Chúa Trời giàu có vì Ngài đã tạo nên và sở hữu vạn vật, thì Ngài là Đấng rất nghèo trước khi sáng tạo mọi thứ. Nhưng điều nầy cũng có nghĩa là Ngài đã tạo nên vận vật vìn Ngài rất cần và lệ thuộc vào tạo vật của Ngài. Nhưng ấy không phải là hình ảnh của Đức Chúa Trời mà chúng ta bắt gặp trong Kinh Thánh. Đức Chúa Trời không hề tạo nên mọi thứ để được giàu có; Ngài tạo nên vạn vật để bày tỏ sự giàu có của Ngài – tức là sự giàu có của vinh hiển Ngài hầu cho chúng ta sẽ ngợi khen Ngài (Ê-phê-sô 1:6,12,14).

Nhưng nói một cách cụ thể hơn thì những gì Tân Ước muốn nói đó là đỉnh điểm của sự giàu có vinh hiển Đức Chúa Trời là sự giàu có của lòng thương xót Ngài. Thế gian không hề coi trọng "sự dư dật của lòng nhân từ, nhịn nhục, khoan dung Ngài" (Rô-ma 2:4). Đức Chúa Trời đã tạo nên và cứu rỗi thế gian hầu cho Ngài "làm cho biết sự giàu có của vinh hiển Ngài bởi những bình đáng thương xót mà Ngài đã định sẵn cho sự vinh hiển" (Rô-ma 9:23). Nói cách kkha1c, Ngài tạo nên và cứu rỗi những kẻ thuộc về Ngài "hầu cho về đời sau tỏ ra sự giàu có vô hạn của ân điển Ngài, mà Ngài bởi lòng nhân từ đã dùng ra cho chúng ta trong Đức Chúa Jêsus Christ" (Ê-phê-sô 2:7). Vũ trụ tồn tại chủ yếu là để bày tỏ sự giàu có vinh hiển của lòng thương xót Đức Chúa Trời hầu cho những kẻ được Ngài chuộc từ mọi dân, mọi tiếng và mọi nước sẽ ngợi khen Ngài.

Đức Chúa Trời giàu lòng thương xót bằng xương bằng thịt

Sự công bình là điều cốt yếu để bày tỏ sự vinh hiển của Đức Chúa Trời. Nhưng sự thương xót là đỉnh điểm. "Ai xưng kẻ ác là công bình, và kẻ nào lên án cho người công bình, cả hai đều lấy làm gớm ghiếc cho Đức Giê-hô-va" (Châm ngôn 17:15). Phải lắm! Vì vậy, sự công bình là điều cốt yếu. Nhưng điều nầy cũng đúng nữa: "Vì danh dự của mình mà bỏ qua tội phạm." (Châm ngôn 19:11). Do đó, nếu sự công bình được làm cho kẻ ác, thì đỉnh điểm của sự vinh hiển là bày tỏ lòng thương xót.

Vì lý do nầy mà Đức Chúa Jêsus Christ đã đến trong thế gian. Chúa Jêsus là sự thương xót của Đức Chúa Trời đã đến làm người. Ngài cũng là sự công bình của Đức Chúa Trời đã đến làm người; nhưng sự công bình ấy đã được sai đến: "Vì Đức Chúa Trời đã sai Con Ngài đến thế gian không phải để kết án thế gian, nhưng để thế gian nhờ Con mà được cứu" (Giăng 3:17). Đức Chúa Cha đã sai Con Ngài đến để chịu chết "tỏ ra mình là công bình và xưng công bình kẻ nào tin đến Đức Chúa Jêsus" (Rô-ma 3:26). Sự chết thế của Đức Chúa Jêsus Christ là nền tảng của sự công bình mà nhờ đó sự thương xót được bày tỏ ra một cách đầy vinh hiển. Do đó, sự vinh hiển của lòng thương xót Đức Chúa Trời là lý do mà Đấng Christ đã đến. Đây là điều được nói ra rất rõ ràng trong Rô-ma 15:8-9: Đấng Christ đã đến thế gian "để khẳng định những lời hứa đã ban cho các tổ phụ, và khiến dân ngoại tôn vinh Đức Chúa Trời vì sự thương xót của Ngài". Mục tiêu của Chúa Jêsus đến làm người là để bày tỏ sự thương xót của Đức Chúa Trời hầu cho muôn dân sẽ ngợi khen Ngài.

Trong bài hát của Ma-ri và bài ca tiên tri của Xa-cha-ri lúc Giăng Báp-tít ra đời, cho thấy lý do Chúa Jêsus đến ấy là vì "nhớ lại sự thương xót của Ngài" (Lu-ca 1:54), và "bởi lòng thương xót của Đức Chúa Trời chúng ta" (Lu-ca 1:78). Hay là như sứ đồ Phao-lô đã nói về công tác của Đấng Christ là vì

Nhìn thấy và Say mê Jêsus Christ

Đức Chúa Trời "giàu lòng thương xót" (Ê-phê-sô 2:4). Hết thảy đều là "theo sự dư dật của ân điển Ngài" (Ê-phê-sô 1:7). Ngài "giàu ơn đối với mọi kẻ kêu xin Ngài" (Rô-ma 10:12).

Sự thương xót mà Chúa Jêsus bày tỏ ra khi Ngài đến làm người và được ban cho một cách miễn phí. Không phải chẳng có giá trả nào cả. Mà Chúa Jêsus đã phải trả giá bằng chính mạng sống của Ngài. "Ấy là trong Đấng Christ, chúng ta được cứu chuộc bởi huyết Ngài, được tha tội, theo sự dư dật của ân điển Ngài" (Ê-phê-sô 1:7). Nhưng bây giờ, đối với tội nhân nghèo ngặt và đau khổ, thì đó là sự ban cho hoàn toàn miễn phí. Như Đức Chúa Trời đã phán rằng: "Ta sẽ làm ơn cho kẻ ta làm ơn, ta sẽ thương xót kẻ ta thương xót. Vậy điều đó chẳng phải bởi người nào ao ước hay người nào bôn ba mà được, bèn là bởi Đức Chúa Trời thương xót… Như vậy, Ngài muốn thương xót ai thì thương xót, và muốn làm cứng lòng ai thì làm" (Rô-ma 9:14-16,18). Chúng ta chẳng đáng được thương xót. Chúng ta nhận lãnh món quà miễn phí nầy bằng đức tin, không phải bởi việc làm. "Ngài cứu chúng ta, không phải cứu vì việc công bình chúng ta đã làm, nhưng cứ theo lòng thương xót Ngài" (Tít 3:4-5).

Ngay cả đức tin để nhận lãnh sự thương xót nầy cũng là món quà của sự thương xót. "Ngài nhân Đấng Christ, ban ơn cho anh em, không những tin Đấng Christ mà thôi" (Phi-líp 1:29). Còn những điều khác thì sao? Chúng ta hãy "dùng cách mềm mại mà sửa dạy những kẻ chống trả, mong rằng Đức Chúa Trời ban cho họ sự ăn năn để nhìn biết lẽ thật" (2 Ti-mô-thê 2:25; cũng xem trong Ê-phê-sô 2:8; Giăng 6:44; Công-vụ 13:48). Từ đầu đến cuối, Đức Chúa Trời cứu rỗi chúng ta "chẳng phải theo việc làm chúng ta, bèn là theo ý riêng Ngài chỉ định, theo ân điển đã ban cho chúng ta trong Đức Chúa Jêsus Christ từ trước muôn đời vô cùng" (2 Ti-mô-thê 1:9). Sự thương xót của Ngài là món quà miễn phí.

Đức Chúa Trời giàu lòng thương xót bằng xương bằng thịt

Vì Đấng Christ đã đến thế gian làm người bày tỏ sự giàu có của lòng thương xót Đức Chúa Trời, thì không còn gì phải lấy làm lạ nữa khi cuộc đời trên đất của Ngài bày tỏ sự thương xót cho đủ mọi hạng người. Chỉ trong vài năm sống trên đất, lòng thương xót của Chúa Jêsus đã đáp ứng đủ mọi nhu cầu và giải thoát mọi khổ đau.

Khi người ăn xin bị mù kêu lên rằng: "Lạy Jêsus, con vua Đa-vít, xin thương xót tôi cùng!" thì nhiều người đã tỏ ra khó chịu và tức giận. Nhưng "Đức Chúa Jêsus phán rằng: Hãy sáng mắt lại; đức tin của ngươi đã chữa lành ngươi" (Lu-ca 18:38,42).

Khi những người phung xấu xí và đáng sợ cất tiếng lên rằng: "Lạy Jêsus, lạy Thầy, xin thương xót chúng tôi cùng!" Ngài dừng lại và thương xót họ mà phán rằng: "Hãy đi, tỏ mình cùng thầy tế lễ. Họ đương đi thì phung lành hết thảy" (Lu-ca 17:13-14). Còn nhiều chuyện phi thường hơn thế nữa, Mác thuật lại về một người phung quỳ xuống nài xin Chúa Jêsus chữa lành, thì Ngài không chỉ phán cùng người, mà còn rờ đến người nữa: "Đức Chúa Jêsus động lòng thương xót, giơ tay rờ người, mà phán rằng: Ta khứng, hãy sạch đi" (Mác 1:41).

Khi Chúa Jêsus nhìn thấy một bà goá không chỉ mất chồng mà bấy giờ còn mất luôn người con trai một của mình nữa, Lu-ca cho chúng ta biết rằng: "Chúa thấy, động lòng thương xót người, mà phán rằng: Đừng khóc!" (Lu-ca 7:13). Rồi Ngài khiến người trai trẻ ấy sống lại từ cõi chết. Trong trường hợp nầy, không hề có chỗ nào ghi lại đức tin của bà. Đó là sự thương xót được bày tỏ hoàn toàn miễn phí, ngay cả trước khi ai đó có đức tin.

Sự thương xót cũng khiến Chúa Jêsus đến gần với những kẻ bị quỷ ám. Một người kia đem con trai mắc quỷ ám đến cùng Chúa Jêsus sau nhiều năm chịu khổ sở. Đứa con trai không thể nói được, quỷ thường quăng nó vào lửa. Người cha nài xin Chúa Jêsus rằng: "xin thương xót chúng tôi và giúp cho!" (Mác 9:22). Ngay cả người cha không thể nào có được đức tin nhỏ bằng hột cải – "Tôi tin; xin Chúa giúp đỡ trong sự không tin của tôi!" (Mác 9:24) – Chúa Jêsus đã đáp lại lời nài xin bằng lòng thương hại và quở trách tà ma rồi đuổi nó ra khỏi.

Ngay cả người bị quỷ ám không hề có ai nói hộ cho mình và cũng không thể tin cậy hay đầu phục Chúa Jêsus – như trường hợp của người Giê-ra-sê bị quỷ ám – Chúa đã giải cứu người rồi giải thích ấy là sự thương xót: "Hãy về nhà ngươi, nơi bạn hữu ngươi, mà thuật lại cho họ điều lớn lao thế nào Chúa đã làm cho ngươi, và Ngài đã thương xót ngươi cách nào" (Mác 5:19). Chưa kể người đó không phải là người Giu-đa, mà là một người ngoại bang giống như "người đàn bà Ca-na-an" đã kêu rằng: "Lạy Chúa, là con cháu vua Đa-vít, xin thương xót tôi cùng! Con gái tôi mắc quỉ ám, khốn cực lắm" (Ma-thi-ơ 15:22). Ma quỷ hay dân ngoại cũng không thể nào ngăn trở lòng thương xót của Chúa Jêsus.

Chúa Jêsus không chỉ động lòng thương xót trước sự đau khổ, mà còn vì tội lỗi nữa. Khi Chúa Jêsus ăn uống cùng "người thâu thuế và người có tội", thì người Pha-ri-si và thầy dạy luật đã chỉ trích Ngài. Nhưng Chúa Jêsus đã kể ba thí dụ để giải thích điều Ngài đang làm. Một thí dụ về người con trai hoang đàng. Đỉnh điểm của câu chuyện nầy nói về Đức Chúa Trời là Đấng giàu lòng thương xót trước đứa con trở về trong tội lỗi: "Khi còn ở đàng xa, cha nó thấy thì động lòng thương xót, chạy ra ôm lấy cổ mà hôn" (Lu-ca 15:20). Nói cách khác, Chúa Jêsus đã ăn uống cùng người thâu thuế và người có tội vì Ngài là sự thương xót của Cha trên trời dành cho tội nhân.

Chúa Jêsus đã bày tỏ lòng thương xót như thế không chỉ với những người có tội và đau khổ, mà còn với đoàn dân đông nữa. Ngài không khinh dể đám dân đông hay làm ngơ cùng họ. Một khi có đoàn dân đông đi theo Ngài và không có đồ ăn, Chúa Jêsus nhìn thấy họ và phán rằng: "Ta thương xót đoàn dân nầy: Vì đã ba ngày nay, không rời bỏ ta, và chẳng có gì ăn" (Mác 8:2). Lần khác, không phải vì họ đói mà vì linh hồn họ đói khát lẽ thật mà Ngài đã động lòng thương xót đàn dân đông: "Bấy giờ Đức Chúa Jêsus ở thuyền bước ra, thấy đoàn dân đông lắm, thì Ngài động lòng thương xót đến, vì như chiên không có người chăn; Ngài bèn khởi sự dạy dỗ họ nhiều điều" (Mác 6:34).

Một trong những điều Chúa Jêsus phán về lòng thương xót của Đức Chúa Trời được chép ở trong Ô-sê 6:6. Đó là cách Chúa Jêsus tóm tắt về luật pháp trong Cựu Ước dưới ngọn cờ của lòng thương xót thay vì những quy định trong luật pháp. Khi Ngài bị phê phán vì đã đến ăn tối tại nhà của Ma-thi-ơ cùng những kẻ thâu thuế, Ngài đã bẻ bác những lời chỉ trích ấy mà phán rằng: "Hãy đi, và học cho biết câu nầy nghĩa là gì: Ta muốn sự thương xót, nhưng chẳng muốn của lễ" (Ô-sê 6:6). "Vì ta đến đây không phải để kêu kẻ công bình, song kêu kẻ có tội" (Ma-thi-ơ 9:13). Khi các môn đồ của Ngài bị quở trách bởi người Pha-ri-si vì họ bứt bông lúa mì mà ăn trong ngày Sa-bát, Chúa Jêsus phán rằng: "Phải chi các ngươi hiểu nghĩa câu nầy: Ta muốn lòng nhân từ, không muốn của tế lễ, thì các ngươi không trách những người vô tội" (Ma-thi-ơ 12:7). Nói cách khác, chức vụ của Chúa Jêsus được lèo lái bởi sự khôn ngoan nầy: sự thương xót là ý nghĩa về các điều răn của Đức Chúa Trời. Còn Chúa Jêsus đã đến không phải để phá bỏ luật pháp mà để làm trọn luật pháp (Ma-thi-ơ 5:17), Ngài đã đến làm người và bày tỏ về sự giàu có của lòng thương xót Đức Chúa Trời.

Điều nầy cũng đúng về Chúa Jêsus ngày hôm nay. Vì "Đức Chúa Jêsus Christ hôm qua, ngày nay, và cho đến đời đời không hề thay đổi" (Hê-bơ-rơ 13:8). Đây là lý do vì sao Đức Chúa Trời, là Đấng được gọi là "Cha hay thương xót" (1 Cô-rinh-tô 1:3), vẫy gọi chúng ta dạn dĩ đến trước ngôi của Đức Chúa Jêsus Christ là Đấng có thể "cảm thương sự yếu đuối chúng ta" (Hê-bơ-rơ 4:15). Chúa Jêsus là Thầy tế lễ thượng phẩm vô tội và thành toàn của chúng ta. Ngài đã phó chính mình để chịu chết thay cho chúng ta bằng sự vâng lời và sự hy sinh một cách hoàn hảo. Tất cả ơn thương xót của Cha trên trời đều dành cho người nào đến với Ngài bằng đức tin nơi Chúa Jêsus. "Vậy, chúng ta hãy vững lòng đến gần ngôi ơn phước, hầu cho được thương xót và tìm được ơn để giúp chúng ta trong thì giờ có cần dùng" (Hê-bơ-rơ 4:16).

Nơi có sự thương xót là tại ngôi của Đức Chúa Trời. Ở đó có sự giàu có, quyền phép và khôn ngoan đời đời. Tất cả những điều nầy đều sẵn sàng để bày tỏ ra lòng thương xót vì Đức Chúa Jêsus Christ là sự thương xót của Đức Chúa Trời đã đến làm người. Dù bạn biết được điều nầy khi vui mừng hay khi khổ đau giống như Gióp, thì hãy biết rằng: "vì Chúa đầy lòng thương xót và nhân từ" (Gia-cơ 5:11).

Lời cầu nguyện

Lạy Cha, chúng con cần sự thương xót. Chúng con phạm tội mỗi ngày. Chúng con không thể tự mình làm được mạng lệnh yêu Ngài hết lòng, hết linh hồn, hết trí khôn và hết sức. Chúng con thường có sự hâm hẩm ở trong lòng. Tất cả động cơ dù là tốt nhất cũng phải bị lẫn lộn. Chúng con hay lằm bằm. Chúng con hay lo lắng về ngày mai. Chúng con vội nóng giận. Chúng con ưa thích những điều không được ưa thích. Chúng con khó chịu về thái độ của người khác đến nỗi chúng con cũng tỏ ra giống như vậy năm phút trước đó. Nếu Ngài

Đức Chúa Trời giàu lòng thương xót bằng xương bằng thịt

không thương xót chúng con, thì chúng con không thể sống được. Chúa ơi, xin giúp chúng con nhìn thấy sự thương xót của Đấng Christ va say mê điều ấy. Xin giúp chúng con hiểu được tình yêu của Ngài. Xin khiến chúng con biết đọc và suy gẫm những câu chuyện về sự thương xót của Chúa Jêsus trong các sách Phúc âm. Xin giúp chúng con ngưỡng mộ những gì Ngài đã làm để làm theo Ngài. Nhưng xin Ngài giúp chúng con không chỉ làm những điều ở bề ngoài. Hãy để những điều ấy xuất hiện ở trong lòng chúng con, là nơi có tội lỗi, hầu cho chúng con sẽ ưa thích sự thương xót và sống bằng sự thương xót cũng như trông cậy vào sự thương xót mà chờ đợi được thương xót. Xin Chúa làm cho sự thương xót của Chúa Jêsus trở thành điều đẹp nhất về Cứu Chúa trong mắt của chúng con. Xin giúp chúng con chiêm ngưỡng đến nỗi trở nên giống như Ngài. Xin khiến sự thương xót nầy trở thành hành động của chúng con. Xin khiến chúng con đầy lòng thương xót hầu cho chúng con bày tỏ sự thương xót. Xin giúp chúng con thực hiện mạng lệnh về việc làm sự công bình yêu sự thương xót. Xin giúp chúng con yêu thương để bày tỏ sự thương xót. Xin khiến sự thương xót trở thành một phần ở trong đời sống của chúng con. Xin hiệp một chúng con với Đấng Christ đến nỗi sự thương xót của Ngài cũng trở thành sự thương xót của chúng con, hầu cho sự thương xót của chúng con bày tỏ Đấng Christ. Ngài là tất cả những gì chúng con cần phải ban cho đến cuối cùng. Cha ơi, xin hãy làm vinh hiển sự thương xót của Ngài qua đức tin và sự kiên nhẫn của chúng con. Chúng con cám ơn Ngài vì cớ Đấng Christ và sự thương xót của Ngài dành cho chúng con ở trong Chúa Jêsus. Trong danh Đức Chúa Jêsus Christ. A-men.

Thưa Thầy, chúng tôi biết Thầy…
không thiên vị ai, nhưng dạy đường lối
của Đức Chúa Trời cách trung thực.
Lu-ca 20:21

Lạy Cha, là Chúa trời đất,
tôi ngợi khen Cha,
vì Cha đã giấu những sự nầy
với kẻ khôn ngoan, người sáng dạ,
mà tỏ ra cho trẻ nhỏ hay!
Lu-ca 10:21

11

Khía cạnh khó chịu

Sự nghiêm khắc của Đức Chúa Jêsus Christ

✝

Sự vinh hiển của Đức Chúa Jêsus Christ đó là thế gian không hiểu được Ngài cho nên Ngài luôn là thực tế của thế gian. Nếu Ngài thích hợp trong thế gian, thì Ngài chẳng có gì đặc biệt. Nỗ lực tái hiện Chúa Jêsus của Kinh Thánh để phù hợp với tinh thần của một thế hệ nào đó sẽ khiến Ngài trở nên yếu đuối hơn thế hệ khác. Tốt hơn là đừng thay đổi gì ở Ngài, vì khía cạnh khó chịu về Chúa Jêsus thường là điều chúng ta cần nhất.

Đặc biệt là tinh thần hiện đại của Tây phương thường cảm thấy bị xúc phạm trước tình yêu thương đầy khó chịu và thẳng thừng của Chúa Jêsus. Người nào dễ tự ái thường bị tổn thương vì những gì Chúa Jêsus phán. Người nào cho rằng yêu thương là phải dùng những lời mềm mại và dịu dàng thường phẫn nộ trước những Lời nói chua chát, có thể hơi quá đáng của Ngài.

Ấy không chỉ là cách nói duy nhất mỗi khi Ngài phán đâu. Chúng ta đã nhìn thấy sự ngọt ngào từ lòng thương xót của Ngài cũng như Ngài đã bày tỏ sự kiên nhẫn, hiền lành và vị tha (chương 10). Đó là vì sao những Lời phán thẳng thừng của Ngài không thể được viết ra với giọng điệu cau nhàu, giận dữ hay thù địch. Những gì chúng ta bắt gặp trong lối nói ăn tươi nuốt sống của Đấng Christ là hình trạng của tình yêu thương mà Ngài muốn bày tỏ với thế gian đã bị mục nát, với tấm lòng u ám và những lựa chọn sai lầm của chúng ta. Nếu không có sự gian ác, không có những tấm lòng thờ ơ và không có hậu quả trong cõi đời đời, thì có lẽ tình yêu thương sẽ xuất hiện với hình trạng là những lời nói mềm mại và dịu dàng. Nhưng nếu thế gian là thế thì tại sao Con Đức Chúa Trời bị giết và các môn đồ của Ngài bị ghét bỏ. Làm gì có thế giới nào như vậy bao giờ,

Chúng ta cần nghe thấy sự thương xót rất thẳng thừng của Chúa Jêsus. Người ta đã lấy làm lạ trong thời của Ngài. Ngay cả kẻ thù đã thừa nhận rằng Ngài đã thờ ơ trước những lời kết tội của người khác một cách lạ lùng. Chúng ta thường quá lo ngại về cách người khác sẽ nghĩ gì về điều chúng ta nói. Chúa Jêsus thì không. "Thưa thầy, chúng tôi biết thầy…không tư vị ai, lấy lẽ thật mà dạy đạo Đức Chúa Trời" (Lu-ca 20:21). Khi người Pha-ri-si sai mấy kẻ trong đám họ đến bắt Chúa Jêsus, họ đã trở về tay không mà giải thích rằng: "Chẳng hề có người nào đã nói như người nầy!" (Giăng 7:46).

Đó là lời chứng của từng thế hệ trôi qua. Chẳng hề có ai đã nói như người nầy. Sự ấy bắt đầu khi Ngài còn là con trẻ tại đền thờ: "Ai nấy nghe, đều lạ khen về…lời đối đáp của Ngài" (Lu-ca 2:47). Khi Ngài bước vào chức vụ công khai tại nhà hội ở Na-xa-rét, đầu tiên "Ai nấy đều làm chứng về Ngài, lấy làm lạ về các lời đầy ơn lành từ miệng Ngài ra" (Lu-ca 4:22);

Khía cạnh khó chịu

nhưng khi Ngài cắt ngang cách thẳng thừng những mong đợi từ cái tôi của họ (câu 24-27), thì chính những người đó "tức giận lắm" (câu 28) và muốn xô Ngài xuống vực (câu 29). Sau đó, đến những ngày cuối cùng trong đời của Ngài, những câu trả lời mạnh mẽ của Ngài đã khiến miệng của kẻ thù phải ngậm lại, ngoại trừ tiếng gào thét đòi giết Ngài. "Không ai thưa lại được một lời, và từ ngày đó, chẳng ai dám hỏi Ngài nữa" (Ma-thi-ơ 22:46).

Tình trạng của thế gian đã khiến Đấng Christ phải đến tồi tệ đến nỗi Chúa Jêsus dùng lối nói nặng nề nhất để thức tỉnh họ. Khi người ta đến hỏi xin dấu lạ thì Ngài đáp rằng: "Dòng dõi hung ác gian dâm nầy xin một dấu lạ" (Ma-thi-ơ 16:4). Khi các môn đồ của Ngài không thể đuổi quỷ, thì Ngài phán rằng: "Hỡi dòng dõi chẳng tin kia, ta sẽ ở cùng các ngươi cho đến chừng nào? Ta sẽ chịu các ngươi cho đến khi nào?" (Mác 9:19). Khi Ngài dạy họ cách cầu nguyện, Ngài đã phán rằng: "Vậy nếu các ngươi vốn là xấu, còn biết cho con cái mình các vật tốt thay, huống chi Cha các ngươi ở trên trời lại chẳng ban các vật tốt cho những người xin Ngài sao?" (Ma-thi-ơ 7:11). Ngài đã bắt đầu bằng cách ám chỉ họ là dòng dõi hung ác, Ngài đã phán như thế đó.

Không chỉ Chúa Jêsus buộc tội thế gian là dòng dõi hung ác, gian dâm và không tin, Ngài đã phán rằng hết thảy đều đã chết về phương diện thuộc linh. Khi một môn đồ xin Chúa Jêsus về chôn cha của mình, thì Chúa Jêsus đã phán mấy lời đầy sững sốt rằng: "Hãy theo ta, để kẻ chết chôn kẻ chết" (Ma-thi-ơ 8:22). Tình trạng sống không bằng chết kinh khủng như thế đã khiến mấy Lời khó chịu nầy phải thốt ra. Cũng vậy đối với người Pha-ri-si: "Khốn cho các ngươi, vì các ngươi giống như mả loạn, người ta bước lên trên mà không biết!" (Lu-ca 11:44). "Khốn cho các ngươi, thầy thông giáo và người Pha-ri-si, là kẻ giả hình! Vì các ngươi giống như mồ mả tô trắng bề ngoài cho đẹp, mà bề trong thì đầy xương người chết và mọi thứ dơ dáy" (Ma-thi-ơ 23:27).

Sự chết chóc đến từ ma quỷ vì Sa-tan đã là kẻ giết chết phương diện thuộc linh của loài người từ lúc ban đầu. Chúa Jêsus đã nổi giận trước những kẻ vô tín đạo đức giả bằng mấy Lời buộc tội rằng: "Các ngươi bởi cha mình, là ma quỉ, mà sanh ra; và các ngươi muốn làm nên sự ưa muốn của cha mình. Vừa lúc ban đầu nó đã là kẻ giết người, chẳng bền giữ được lẽ thật, vì không có lẽ thật trong nó đâu" (Giăng 8:44). Khi Phi-e-rơ là người môn đồ rất gần gũi với Ngài dũng cảm nói về Chúa Jêsus sẽ không bị giết đâu, thì Ngài đã quay lại mà phán với ông rằng: "Hỡi Sa-tan, hãy lui ra đằng sau Ta! Ngươi là một chướng ngại cho Ta" (Ma-thi-ơ 16:23). Chỉ có một giải pháp dành cho sự chết về mặt thuộc linh: sự chịu chết thay của Chúa Jêsus. Bất kỳ trở ngại nào cho điều nầy đều đến từ ma quỷ. Không có Lời nào mạnh mẽ hơn nữa để cự tuyệt nó.

Tình trạng tấm lòng của loài người sẽ khiến họ, là những người không đón nhận giải pháp của Chúa Jêsus, bị trừng phạt đời đời. Do đó, Chúa Jêsus đã không cần đến những cảm xúc hiền từ nào để cảnh báo về địa ngục. Không ai trong Kinh Thánh nói về địa ngục một cách thường xuyên hay đáng sợ bằng Ngài: "Đến ngày tận thế cũng vậy, các thiên sứ sẽ đến, tách biệt kẻ ác khỏi những người công chính, và ném kẻ ác vào lò lửa; ở đó sẽ có khóc lóc và nghiến răng" (Ma-thi-ơ 13:49-50). Khi các môn đồ của Ngài cố gắng hỏi Ngài về nơi xảy ra sự đoán xét, thì Ngài đáp cách đơn giản rằng: "Xác chết ở đâu, chim ó nhóm tại đó." (Lu-ca 17:37). Vài điều thực tế rất đáng sợ nầy không cho thấy sự chính xác cụ thể nào cả mà lại là hình ảnh gây phẫn nộ.

Địa ngục mà Chúa Jêsus phán là một nơi "sâu bọ của chúng nó chẳng hề chết và là nơi lửa chẳng hề tắt" (Mác

Khía cạnh khó chịu

9:48). Đó là chỗ "tối tăm ở ngoài" (Ma-thi-ơ 8:12; 22:13; 25:30). Đó là "lửa đời đời đã sắm sẵn cho ma quỉ và những quỉ sứ nó" (Ma-thi-ơ 25:41). Lửa "chẳng hề tắt" (Mác 9:43). Đó là "hình phạt đời đời" (Ma-thi-ơ 25:46).

Do đó, Chúa Jêsus giải thích bằng sự suy luận khiến tim cũng phải ngừng đập rằng: những nguy hiểm ở dưới đất nầy – như bị giết! – chẳng thể nào so sánh bằng nguy hiểm về địa ngục: "Ta nói cùng các ngươi, là bạn hữu ta: Đừng sợ kẻ giết xác rồi sau không làm gì được nữa. Song ta chỉ cho các ngươi biết phải sợ ai: Phải sợ Đấng khi đã giết rồi, có quyền bỏ xuống địa ngục; phải, ta nói cùng các ngươi, ấy là Đấng các ngươi phải sợ!" (Lu-ca 12:4-5). Nói cách khác, "Hỡi môn đồ của Ta, đừng sợ, các ngươi chỉ bị giết mà thôi!"

Rõ ràng là tiếp theo sau những tai hoạ kinh khủng trong thế giới nầy, cho dù đau đớn cỡ nào, cũng không phải là bi kịch to lớn gì cả. Vì điều kinh khủng hơn đó là không thể thoát khỏi địa ngục bằng sự ăn năn và đức tin. Chúa Jêsus đã phán về lẽ thật tối quan trọng nầy với những người đã hiểu sai về nơi tồi tệ nhất sau khi chết. Thí dụ, một nhóm người kia đã hốt hoảng trước cảnh Phi-lát trộn máu của những người Ga-li-lê với của lễ của họ. Họ thuật lại điều nầy với Chúa Jêsus, là Đấng đã khiến họ phải sững sốt khi Ngài phán rằng: "Các ngươi tưởng mấy người đó vì chịu khốn nạn dường ấy, có tội lỗi trọng hơn mọi người Ga-li-lê khác sao? Ta nói cùng các ngươi, không phải; song nếu các ngươi chẳng ăn năn, thì hết thảy sẽ bị hư mất như vậy" (Lu-ca 12:2-3). Nói cách khác, thay vì ngạc nhiên về sự hư mất của loài người tội lỗi, thì hãy ngạc nhiên vì mình chưa bị như vậy.

Chúa Jêsus sẽ cho chúng ta thấy con đường vào thiên đàng cho dù chúng ta có đón nhận hay không. "Vậy nếu con mắt bên hữu xui cho ngươi phạm tội, thì hãy móc mà quăng nó cho xa ngươi đi; vì thà chịu một phần thân thể ngươi phải hư, còn hơn là cả thân thể bị ném vào địa ngục. Lại nếu tay hữu xui cho ngươi phạm tội, thì hãy chặt mà liệng nó cho xa ngươi đi; vì thà chịu một phần thân thể ngươi phải hư, còn hơn là cả thân thể vào địa ngục" (Ma-thi-ơ 5:29-30). Thà tự cắt bỏ còn hơn bị định tội. Vậy, đó là sự định tội dành cho chúng ta, thì kẻ khác còn bị định tội thế nào nữa: "Nếu ai làm cho một đứa trong những đứa nhỏ nầy đã tin ta sa vào tội lỗi, thì thà buộc cối đá vào cổ, mà quăng nó xuống đáy biển còn hơn" (Ma-thi-ơ 18:6). Thà hư mất ở trong biển còn hơn đẩy người khác vào địa ngục.

Vậy, chẳng có gì phải ngạc nhiên khi Chúa Jêsus mô tả hành động vào thiên đàng giống hành động bạo lực: "Từ ngày Giăng Báp-tít đến nay, nước thiên đàng bị hãm ép, và là kẻ hãm ép đó choán lấy" (Ma-thi-ơ 11:12). Cũng chẳng có gì phải ngạc nhiên khi Ngài phán rằng: "cửa hẹp và đường chật dẫn đến sự sống, kẻ kiếm được thì ít" (Ma-thi-ơ 7:14). Không có nhiều người tin cậy Đấng Christ thật sâu sắc và ưa thích thiên đàng thiết tha đến nỗi xem đôi mắt, đôi tay và mạng sống kém quan trọng hơn sự thông công với Chúa Jêsus ở Ba-ra-đi. Bởi thế mới có đường hẹp và ít người đi. Nhiều người nghe Chúa Jêsus và nói rằng: "Lời nầy khó quá, ai mà nghe được?" (Giăng 6:59).

Nhưng Ngài không dừng lại. Ngài tiếp tục bày tỏ về đường hẹp không phải vì muốn đôi tay và đôi mắt của chúng ta được trong sạch, và tình yêu của chúng ta dành cho trẻ nhỏ phải thật quyết liệt; Ngài cũng nhắm đến bổn phận của chúng ta đối với gia đình, bản thân và tài sản nữa. "Nếu ai đến theo Ta mà không ghét cha mẹ, vợ con, anh em, chị em mình, và chính sự sống mình nữa thì không thể làm môn đồ Ta" (Lu-ca 14:26). "Ai ghét mạng sống mình trong đời nầy thì sẽ giữ lại được cho sự sống đời đời" (Giăng 12:25). "Nếu ai trong các ngươi không bỏ mọi sự mình có, thì không thể làm môn đồ Ta" (Lu-

Khía cạnh khó chịu

ca 14:33). Ngay cả tình yêu dành cho cha mẹ là những người tin kính cũng phải giống như ghét thế gian khi chúng ta trước hết tìm kiếm nước Đức Chúa Trời. Nếu cha mẹ của chúng ta không phải là những người tin kính, thì đức tin đức tin khiến chúng ta giúp họ được cứu rỗi cũng sẽ khiến họ nghịch cùng chúng ta: "Ta đến để phân rẽ con trai với cha, con gái với mẹ, nàng dâu với mẹ chồng" (Ma-thi-ơ 10:35). Chúng ta có mất gia đình khi tin theo Đấng Christ chăng? Câu trả lời của Chúa Jêsus hoàn toàn bất ngờ: "Vì hễ ai làm theo ý muốn của Cha Ta ở trên trời, người ấy là anh em, chị em và là mẹ Ta vậy" (Ma-thi-ơ 12:50).

Nếu điều nầy nghe chẳng giống như chức vụ của Vua bình an, thì hãy biết rằng mục tiêu của Ngài không phải là sự bình an của sự vô tín và sự không vâng lời. Ai là kẻ thù đều phải bị tiêu diệt, không thì họ sẽ tiêu diệt. Khi sự tha thứ của Chúa Jêsus bị khinh dễ, thì sự chia rẽ phải xảy ra – và Ngài biết điều ấy: "Các ngươi tưởng ta đến đem sự bình an cho thế gian sao? Ta nói cùng các ngươi, không, nhưng thà đem sự phân rẽ" (Lu-ca 12:51). "Các ngươi cũng sẽ bị cha, mẹ, anh, em, bà con, bạn hữu mình nộp mình; và họ sẽ làm cho nhiều người trong các ngươi phải chết" (Lu-ca 21:16). "Ta đã đến quăng lửa xuống đất; nếu cháy lên rồi, ta còn ước ao chi nữa!" (Lu-ca 12:49).

Ai có thể nghe những lời nầy? Ai có thể vui mừng trước những lời nầy và hiểu thấu lẽ thật trong Lời của Chúa Jêsus khi Ngài phán rằng: "Ta nói cùng các ngươi những điều đó, hầu cho sự vui mừng của ta ở trong các ngươi, và sự vui mừng các ngươi được trọn vẹn" (Giăng 15:11)? Câu trả lời của Chúa Jêsus vẫn gây ngạc nhiên giống như mấy lời đã khiến người phải đặt câu hỏi. Ngài trả lời trong sự vui mừng rằng: "Đức Chúa Jêsus nức lòng bởi Đức Thánh Linh, bèn nói rằng: Lạy Cha, là Chúa trời đất, tôi ngợi khen Cha, vì Cha đã giấu những sự nầy với kẻ khôn ngoan, người sáng dạ, mà tỏ ra cho trẻ nhỏ hay!" (Lu-ca 10:21).

Kẻ khiêm nhường, kẻ chịu học hỏi, kẻ yếu đuối, kẻ biết vâng phục – trẻ nhỏ – sẽ lắng nghe tiếng phán mạnh mẽ, chân thật, công bình và yêu thương. Họ sẽ nghe, còn tấm lòng của họ sẽ nóng cháy khi Ngài phán (Lu-ca 24:32). Họ sẽ không thấy khó chịu. Họ sẽ vững lòng vì cuối cùng đã có người nhìn thấy tình trạng khốn cùng của chúng ta, biết rõ kẻ thù là ai, sẽ không thỏa hiệp, và nói giống như một nhà Vua đã giành thắng lợi và một Cứu Chúa vĩ đại.

Lời cầu nguyện

Chúa ơi, xin đừng để chúng con dễ tự ái. Cũng đừng khiến chúng con mất đi sự mềm mại, mà hãy khiến chúng con không cảm thấy khó chịu. Xin cất khỏi chúng con sự tự ti. Xin ban cho chúng con tấm lòng yêu mến lẽ thật hầu cho chúng con không chiều theo cảm giác thích được khen ngợi. Cha ơi, xin tha thứ chúng con vì gọi những lời thẳng thừng của Ngài là đoán xét vì đó là những lời khó nghe. Xin tha thứ cho chúng con vì có những dã tâm đối với người khác khi chúng con không biết động cơ của họ. Xin giúp chúng con học hỏi từ Chúa Jêsus để biết lúc nào cần phải cứng rắn và lúc nào cần phải mềm mại. Xin đừng để chúng con dùng những lời khó nghe của Chúa Jêsus để bào chữa cho sự tức giận của chúng con. Mà cũng đừng để chúng con trở nên nhút nhát không thể thốt lên những lời cứng rắn vào đúng thời điểm. Chúng con lấy làm lạ về những Lời của Chúa Jêsus. Ngài là Đấng thật khôn dò! Không ai từng nói giống như Ngài. Chỉ có Ngài là Đấng duy nhất không ai sánh bằng. Chúng con chẳng thể nói gì ngoài việc quỳ lại trước mặt Ngài. Chúng ta mong Ngài phán – và hãy phán theo ý Ngài muốn. Chúng con là những học trò chỉ biết im lặng lắng nghe Ngài. Ngài là Giáo sư không hề phạm tội. Chúng con chỉ biết che miệng lại và ngồi dưới chân của Ngài. Cha ơi, xin hãy làm điều Ngài lấy làm phải đối cùng chúng con. Chúng con không phải là quan án của Ngài, cũng không phải là quan án để lèo lái Lời phán của Con Ngài. Xin thương xót chúng con – dù phải cứng rắn hay mềm mại – xin dẫn chúng con đến sự vui mừng đời đời của Ngài. Trong danh Đức Chúa Jêsus Christ. A-men.

Đấng Christ đã từ kẻ chết sống lại,
thì chẳng chết nữa;
sự chết không còn cai trị trên Ngài
Rô-ma 6:9

Đức Chúa Trời, tức là Đấng đã khiến Ngài
từ kẻ chết sống lại, và ban sự vinh hiển cho Ngài
1 Phi-e-rơ 1:21

# 12

Sự sống bất diệt

Sự sống lại của Đức Chúa Jêsus Christ

†

Đức Chúa Trời đã khiến Đức Chúa Jêsus Christ sống lại từ cõi chết (1 Cô-rinh-tô 15:4; 1 Phi-e-rơ 1:21). Ai cũng biết Ngài đã chết, từ bậc cầm quyền cho đến những tên lính đóng đinh Ngài và mấy người đàn bà đã chôn xác Chúa, ngay cả những kẻ chống đối còn sợ hãi trước tin đồn về sự sống lại. Tất cả đều biết Ngài đã chết. Đó là vì sao chuyện bịa đặt đã được dựng lên để giải thích về ngôi mộ trống rằng Ngài vẫn chưa chết, mà các môn đồ của Ngài đã cướp xác đi (Ma-thi-ơ 28:13). Nhưng điều nầy không thành công, vì chẳng ai dám liều mạng của mình để làm chứng dối. Cái xác không còn ở trong mộ nữa, không thì kẻ thù sẽ chấm dứt Cơ Đốc giáo cùng với những kẻ còn lại của Chúa Jêsus. Các môn đồ đã vùng dậy bằng sự dạn dĩ, liều mạng sống của mình để rao giảng về Chúa Jêsus đã sống lại (Công-vụ 2:24,32; 3:15). Nhà truyền giáo là Ê-tiên và sứ đồ Gia-cơ đã tử vì đạo (Công-vụ 7:60; 12:2). Trong bốn ngươi ngày, Chúa Jêsus đã hiện ra cho rất nhiều người thấy, trong số đó có đến năm trăm người (Công-vụ 1:3; 1 Cô-rinh-tô 15:6). Hầu hết không phải là những kẻ khờ dại, nhưng hoàn toàn bị thuyết phục (Lu-ca 24:11,38; Giăng 20:25,27).

Khi các môn đồ hoài nghi về sự sống lại, thì suy đoán đầu tiên của họ về Chúa Jêsus là một con ma. Nhưng Chúa Jêsus không hề làm tan biến sự hoài nghi nầy ngay lập tức. Đối với Thô-ma là kẻ hoài nghi thì Ngài phán rằng: "Hãy đặt ngón tay ngươi vào đây, và xem bàn tay ta; cũng hãy giơ bàn tay ngươi ra và đặt vào sườn ta, chớ cứng lòng, song hãy tin!" (Giăng 20:27). Trước đó, các môn đồ đã sửng sốt vào dịp khác, Chúa Jêsus đã ăn cá để cho họ thấy rằng Ngài không phải là ma. "Hãy xem tay chân ta: Thật chính ta. Hãy rờ đến ta, và hãy xem; thần thì không có thịt xương, mà các ngươi thấy ta có…Nhưng vì cớ môn đồ vui mừng, nên chưa tin chắc, và lấy làm lạ, thì Ngài phán rằng: Ở đây các ngươi có gì ăn không? Môn đồ dâng cho Ngài một miếng cá nướng. Ngài nhận lấy mà ăn trước mặt môn đồ" (Lu-ca 24:39-42).

Nhưng thân thể đã sống lại của Chúa Jêsus không phải là một thân thể hay chết bình thường mới vừa hồi tỉnh. Vẫn là thân thể ấy và cũng không hẳn là giống như vậy. Mọi người vẫn nhận ra Ngài như lúc trước khi chết. Thân thể của Ngài là một thân thể vật lý. Nhưng cũng là một thân thể đã được biến hoá. Khi sứ đồ Phao-lô mô tả về thân thể sẽ được sống lại của Cơ Đốc nhân, thì ông cũng ví sánh như thân thể sống lại của Chúa Jêsus vậy, vì Đấng Christ đã sống lại là "trái đầu mùa" của tất cả những ai sẽ phải chết ở trong Ngài (1 Cô-rinh-tô 15:20). Nói cách khác, thân thể sống lại của Đấng Christ cũng giống như thân thể của hết thảy những ai sẽ được Ngài làm cho sống lại trong ngày sau rốt. Sứ đồ Phao-lô nói rằng Đấng

Sự sống bất diệt

Christ "sẽ biến hóa thân thể hèn mạt chúng ta ra giống như thân thể vinh hiển Ngài" (Phi-líp 3:21). Vì vậy, mô tả về thân thể sẽ được sống lại của chúng ta cũng giống như thân thể của Đấng Christ vậy: "Thân thể đã gieo ra là hay hư nát, mà sống lại là không hay hư nát; đã gieo ra là nhục, mà sống lại là vinh; đã gieo ra là yếu, mà sống lại là mạnh; đã gieo ra là thể huyết khí, mà sống lại là thể thiêng liêng. Nếu đã có thể huyết khí, thì cũng có thể thiêng liêng" (1 Cô-rinh-tô 15:42-44). Cũng là thân thể nhưng lại vinh hiển hơn.

Quyền phép từ thiên thượng rất lớn đã đi trước, đi cùng và theo sau sự sống lại của Chúa Jêsus. Khi Ngài sống lại, Chúa Jêsus đã hoàn toàn nắm trong tay chìa khoá của sự sống và sự chết. "Ấy vì ta phó sự sống mình, để được lấy lại. Chẳng có ai cất sự sống ta đi, nhưng tự ta phó cho; ta có quyền phó sự sống, và có quyền lấy lại; ta đã lãnh mạng lịnh nầy nơi Cha ta" (Giăng 10:17-18). Chúa Jêsus đã phê phán những lời đe doạ về việc Ngài sẽ phải chết trước thời điểm, thậm chí là những lời đe doạ về việc bị cầm giữ trong mồ mả. Khi có lời cảnh báo về việc vua Hê-rốt muốn giết Ngài, Chúa Jêsus đã phán rằng: "Hãy đi nói với con chồn cáo ấy rằng: Ngày nay, ngày mai, ta đuổi quỉ chữa bịnh, đến ngày thứ ba, thì đời ta sẽ xong rồi" (Lu-ca 13:32). Ngài đã tiên đoán trước từng chi tiết về sự chết và sự sống lại giống như đang trên đường hoàn thành kế hoạch không ai có thể ngăn cản được: "Ngài phán cùng môn đồ rằng: Con người sẽ bị nộp trong tay người ta. Họ sẽ giết Ngài, nhưng đến ngày thứ ba Ngài sẽ sống lại. Các môn đồ bèn lo buồn lắm" (Ma-thi-ơ 17:22-23).

Vào lúc sự sống lại, quyền phép từ trời đã thống trị hoàn toàn. Sứ đồ Phao-lô nói đó là "sự tác động của quyền năng siêu việt của Ngài. Đó là quyền năng Ngài đã thực hiện trong Đấng Christ khi khiến Đấng Christ từ cõi chết sống lại" (Ê-phê-sô 1:19-20). Còn sứ đồ Phi-e-rơ nói rằng: "nó [sự chết] không thể cầm giữ Ngài được" (Công-vụ 2:24).

Đắc thắng sự chết bằng quyền phép tối thượng, Đấng Christ đã bước vào sự sống đời đời chẳng bao giờ hư nát. Chúa Jêsus đã trở nên Thầy tế lễ thượng phẩm đời đời theo như "theo quyền năng của sự sống bất diệt" (Hê-bơ-rơ 7:16). "Đấng Christ đã sống lại từ cõi chết thì sẽ không bao giờ chết nữa; sự chết không còn cai trị Ngài" (Rô-ma 6:9). "Cũng vì đó nên Đức Chúa Trời đã đem Ngài lên rất cao, và ban cho Ngài danh trên hết mọi danh" (Phi-líp 2:9). "Đức Chúa Trời, tức là Đấng đã khiến Ngài từ kẻ chết sống lại, và ban sự vinh hiển cho Ngài" (1 Phi-e-rơ 1:21). Trước đó, trong khi đó và sau đó, sự sống lại của Chúa Jêsus là sự bày tỏ vinh hiển của quyền phép từ thiên thượng.

Vì vậy, sự sống lại của Chúa Jêsus đảm bảo rằng mọi việc Ngài làm trong tương lại là vì tôi con Chúa: Ngài tể trị trên mọi vật trong vũ trụ (M-thi-ơ 28:18); Ngài cầu thay cho chúng ta như thầy tế lễ cầu thay cho dân sự (1 Giăng 2:1); sự hiện diện của Ngài ở cùng chúng ta cho đến tận thế để bảo vệ và yên ủi (Ma-thi-ơ 28:20); còn sự trở lại trong vinh hiển của Ngài để cho chúng ta được yên nghỉ và trừng phạt hết thảy những ai "chẳng hề nhận biết Đức Chúa Trời, và không vâng phục Tin lành của Đức Chúa Jêsus Christ chúng ta" (2 Tê-sa-lô-ni-ca 1:7-8).

Vì thế, sự sống lại của Chúa Jêsus đảm bảo mọi phước hạnh mà Ngài đã ban cho chúng ta trong sự chết của Ngài. Sự sống lại chứng minh thập tự giá đã làm trọn hết mọi sự và là cứu cánh vững chắc cho sự xưng công bình bởi đức tin của chúng ta. "Ngài [Chúa Jêsus] đã bị nộp vì tội lỗi chúng ta, và sống lại vì sự xưng công bình của chúng ta" (Rô-ma 4:25). Hết thảy lời hứa của Đức Chúa Trời được chuộc bằng huyết của Đấng Christ đã dành cho chúng ta đến đời đời vì sự sống lại của Chúa Jêsus. Thí dụ, sự tha thứ: "nếu Đấng Christ đã

Sự sống bất diệt

chẳng sống lại, thì đức tin anh em cũng vô ích, anh em còn ở trong tội lỗi mình" (1 Cô-rinh-tô 15:17). Nhưng Ngài đã sống lại cho nên sự tha thứ là có thật và đời đời. "Ngài hằng sống để cầu thay cho những kẻ ấy" (Hê-bơ-rơ 7:25).

Cuối cùng, Đấng Christ đã sống lại sẽ làm cho chúng ta sống lại với Ngài. "Lại nếu Thánh Linh của Đấng làm cho Đức Chúa Jêsus sống lại từ trong kẻ chết ở trong anh em, thì Đấng làm cho Đức Chúa Jêsus Christ sống lại từ trong kẻ chết cũng sẽ nhờ Thánh Linh Ngài ở trong anh em mà khiến thân thể hay chết của anh em lại sống" (Rô-ma 8:11). "Vì nếu chúng ta đã được hiệp nhất với Ngài trong sự chết giống như sự chết của Ngài, thì chắc chắn chúng ta cũng sẽ được hiệp nhất với Ngài trong sự sống lại giống như sự sống lại của Ngài" (Rô-ma 6:5). Giống như Chúa Jêsus đã sống lại từ cõi chết, thì Ngài cũng sẽ làm cho những kẻ thuộc về Ngài đã chết được sống lại. Ngài hứa điều nầy với hết thảy những ai tin Ngài rằng: "Ta sẽ làm cho người ấy sống lại trong ngày cuối cùng" (Giăng 6:40). Như vậy, sự sống lại của Ngài đảm bảo cho sự sống lại của họ. Họ sẽ được vinh hiển cũng như Ngài là Đấng vinh hiển. "Họ sẽ không chết nữa,…tức là con của sự sống lại" (Lu-ca 20:36). "Sự chết thứ hai không có quyền gì trên họ" (Khải huyền 20:6).

Trong quyền năng phục sinh, sự sống bất diệt và uy quyền vô hạn của Đấng Christ sẽ được tôn vinh hiển bằng sự vui mừng thờ phượng của các thánh đồ sẽ được sống lại của Ngài. Ai sẽ nhận lấy món quà nầy trong cõi đời đời? Chúa Jêsus trả lời rằng: "Ta là sự sống lại và sự sống. Kẻ nào tin ta…thì không hề chết" (Giăng 11:25-26).

Giống như từng sự kiện xảy ra trong lịch sử, sự sống lại của Chúa Jêsus có thể là sự việc gây nghi ngờ. Nhưng khi Đức Chúa Trời chính là Đấng làm nên những kẻ làm chứng đáng tin cậy, khiến họ rao giảng cách dạn dĩ, mọi sự chống đối của kẻ thù đều là vô ích, làm cho Phúc âm ảnh hưởng mọi nơi, tất cả sứ điệp đều có sự nhất quán, thế giới quan Cơ Đốc trở nên trọn vẹn trong mọi khía cạnh đời sống, sự vinh hiển thuộc linh thuộc về Đức Chúa Jêsus Christ – khi Đức Chúa Trời chịu trách nhiệm hết thảy những điều nầy và còn nhiều điều khác nữa, thì Ngài có thể mở trí dù là những kẻ hay hoài nghi nhất. Khi Đức Chúa Trời đánh thức chúng ta khỏi tình trạng sững sờ của sự vô tín và soi sáng tâm trí của chúng ta bằng "sự vinh hiển chói lói của Tin lành Đấng Christ" (2 Cô-rinh-tô 4:4), thì những gì chúng ta thấy, cùng với sự kinh hoàng về sự chịu khổ của Ngài, là uy quyền về sự sống lại của Ngài.

Lời cầu nguyện

Lạy Cha vinh hiển, chúng con ngợi khen Ngài vì Chúa đã khiến Con Ngài là Chúa Jêsus sống lại từ cõi chết một cách quyền năng. Chúng con ngợi khen Ngài vì hòn đá mà thợ xây nhà bỏ ra đã trở nên đá góc nhà. Đây là việc Chúa làm và thật phi thường trước mắt của chúng con. Sự chết không thể cầm giữ Ngài! Kẻ thù cuối cùng của chúng con đã chào thua trước quyền năng đắc thắng của Chúa Jêsus ở trên sự chết, chúng con đã được trả tự do không còn sợ hãi trước kẻ cừu địch từ ngàn xưa. Chúa ơi, xin giúp chúng con sống trong sự giàu có của sự sống lại mà Ngài đã hoàn thành. Không có quyền phép và cũng không có kẻ thù nào có thể thắng hơn Ngài được. Chỉ có sự tốt lành xảy ra với chúng con trong ngày sau rốt khi chúng con tin cậy Ngài. Điều tốt nhất vẫn chưa đến. Vậy, xin Cha cất đi sự sợ hãi, sự buồn phiền, sự nản lòng và buồn rầu khỏi đời sống của chúng con. Xin khiến chúng con tập chú vào sự đắc thắng của Đấng Christ. Xin chớ để chúng con quên đi hay thất bại trước việc cảm biết sự vinh hiển toàn cầu mà Ngài đã ban cho Chúa Jêsus là danh trên hết mọi danh. Xin hãy giúp chúng con bày tỏ điều nầy trong đời sống hằng ngày khi chúng con nhìn thấy từng người, dù lớn hay nhỏ, sẽ đối diện với vị Quan án đã sống lại và toàn thắng của muôn dân vào một ngày không xa. Xin ban cho chúng con tấm lòng mềm mại mà dạn dĩ tùy vào sự thương xót và quyền năng của Chúa Jêsus. Lạy Cha, chúng con muốn trọn đời bày tỏ sự vĩ đại của Ngài. Xin hãy hành động trong lòng chúng con cho đến ngày cuối cùng bằng chính quyền năng của Ngài. Chúng con cầu nguyện trong danh Đức Chúa Jêsus Christ. A-men.

Vì như chớp nháng loè
từ dưới phương trời nầy
đến dưới phương trời kia,
thì Con người trong ngày
Ngài cũng như vậy
Lu-ca 17:24-25

Đức Chúa Jêsus từ trời hiện đến
với các thiên sứ của quyền phép Ngài,
giữa ngọn lửa hừng
2 Tê-sa-lô-ni-ca 1:7-8

13

Sự vinh hiển của Đức Chúa Trời rất lớn và Cứu Chúa chúng ta

Sự trở lại thứ hai của Đức Chúa Jêsus Christ

†

Trong lần đến thứ nhất, Đấng Christ đã mặc lấy thịt và huyết hầu cho "bởi sự chết mình mà phá diệt kẻ cầm quyền sự chết…lại cho giải thoát mọi người vì sợ sự chết, bị cầm trong vòng tôi mọi trọn đời" (Hê-bơ-rơ 2:14-15). Ngài sẽ xuất hiện trong lần trở lại thứ hai để cứu những kẻ trông đợi Ngài (Hê-bơ-rơ 9:28).

Khi giờ đến là lúc đức tin sẽ được thấy bằng mắt trần. Vì bây giờ, "chúng ta bước đi bởi đức tin, chớ chẳng phải bởi mắt thấy" (2 Cô-rinh-tô 5:7). Nhưng khi tiếng kèn cuối cùng cất lên, khi người chết sống lại và chúng ta được biến đổi trong nháy mắt (1 Cô-rinh-tô 15:52), thì sự nhìn bằng con mắt thuộc linh và thuộc thể sẽ trở nên một để hiểu thật rõ sự vinh hiển của Đấng Christ là thể nào.

Vì bây giờ, chúng ta thấy Đấng Christ bằng "con mắt của lòng" (Ê-phê-sô 1:18). Đức Chúa Trời soi sáng trong lòng chúng ta để chúng ta "trông thấy sự vinh hiển chói lói của Tin lành Đấng Christ" (2 Cô-rinh-tô 4:4,6). "Ngoài Cha không có ai biết Con" (Ma-thi-ơ 11:27). Vậy, nếu chúng ta thấy sự vinh hiển của Đức Chúa Con, là điều mà Chúa Jêsus đã phán cùng Phi-e-rơ cũng đúng với chúng ta nữa: "Vì chẳng phải thịt và huyết tỏ cho ngươi biết điều nầy đâu, bèn là Cha ta ở trên trời vậy" (Ma-thi-ơ 16:17). Khi điều đó xảy ra, chúng ta đang "nhìn xem vinh hiển Chúa" (2 Cô-rinh-tô 3:18).

Nhưng có một sự vinh hiển đang đến mà chúng ta không thể nhìn thấy. Sứ đồ Phao-lô gọi là "sự trông cậy hạnh phước" – "sự hiện ra của sự vinh hiển Đức Chúa Trời lớn và Cứu Chúa chúng ta, là Đức Chúa Jêsus Christ" (Tít 2:13). Đầu tiên, con mắt đức tin nhìn thấy sự chịu khổ của Con người và sự mặc khải của vinh hiển ấy (1 Cô-rinh-tô 1:18,23). Sau đó, vào kỳ sau rốt, sự vinh hiển bày tỏ ra với hết thảy mọi người để họ nhìn thấy bằng mắt trần. "Vì như chớp nháng loè từ dưới phương trời nầy đến dưới phương trời kia, thì Con người trong ngày Ngài cũng như vậy. Nhưng Ngài trước phải chịu đau đớn nhiều" (Lu-ca 17:24-25).

Sự vinh hiển – đây là cách mà các trước giả đã được cảm động để nói về sự kiện nầy hết lần nầy đến lần khác. "Khi Con Người ngự đến trong vinh quang mình cùng với tất cả các thiên sứ" (Ma-thi-ơ 25:31). Không chỉ với một vài thiên sứ. Mà với tất cả thiên sứ, "Có muôn muôn, nghìn nghìn thiên sứ" (Khải huyền 5:11). Không còn một thiên sứ nào ở lại thiên đàng trong thời khắc đó.

Khi Con người đến, "Ngài sẽ ngồi trên ngôi vinh hiển của Ngài" (Ma-thi-ơ 25:31). Từ ngôi vinh hiển ấy, Ngài sẽ cai trị.

Sự vinh hiển của Đức Chúa Trời rất lớn và Cứu Chúa chúng ta

"Quyền cai trị sẽ đặt trên vai Ngài…Quyền cai trị của Ngài cứ gia tăng mãi, và nền hòa bình sẽ vô tận…trong công lý và sự công chính, từ nay cho đến đời đời" (Ê-sai 9:5-6).

Sự vinh hiển ấy sẽ là vinh hiển của Con người (Ma-thi-ơ 25:31). Nhưng vì Con người cũng là Con Đức Chúa Trời, còn Ngài và Cha là một, ấy cũng sẽ là "vinh hiển của Cha mình" (Ma-thi-ơ 16:27). Sự trở lại của Ngài được gọi là "ngày vinh hiển của Ngài hiện ra" (1 Phi-e-rơ 4:13), Phi-e-rơ còn nói rằng mỗi thánh đồ "cũng có phần về sự vinh hiển sẽ hiện ra" (1 Phi-e-rơ 5:1).

Niềm vui của các thánh đồ là những người "vui mừng nhảy nhót" khi Ngài trở lại (1 Phi-e-rơ 4:13), sẽ vui mừng mà ca ngợi và tôn cao vinh hiển rõ rệt của Đấng Christ. Đây là lý do vì sao Ngài đang trở lại – "để được sáng danh trong các thánh đồ, được khen ngợi trong mọi kẻ tin" (2 Tê-sa-lô-ni-ca 1:10).

Sự vinh hiển sẽ được bày tỏ ra là gì? Ấy là "tiếng của thiên sứ lớn cùng tiếng kèn của Đức Chúa Trời… Trời bị dời đi như quyển sách cuốn tròn, và hết thảy các núi các đảo bị quăng ra khỏi chỗ mình" (1 Tê-sa-lô-ni-ca 4:16; Khải huyền 6:14). Ấy là ngọn lửa phán xét. "Đức Chúa Jêsus từ trời hiện đến với các thiên sứ của quyền phép Ngài, giữa ngọn lửa hừng" (2 Tê-sa-lô-ni-ca 1:7). Muôn dân sẽ nhóm lại trước mặt Ngài, người nào không tin "sẽ bị hình phạt hư mất đời đời, xa cách mặt Chúa và sự vinh hiển của quyền phép Ngài" (2 Tê-sa-lô-ni-ca 1:9). Các vua trên đất và các kẻ tôi mọi sẽ "ẩn mình trong hang hố cùng hòn đá lớn trên núi" và sẽ kêu lên cùng đá rằng: "Hãy rơi xuống chận trên chúng ta…đặng tránh khỏi…cơn giận của Chiên Con!" (Khải huyền 6:15-16). "Bấy giờ kẻ nghịch cùng luật pháp kia sẽ hiện ra, Đức Chúa Jêsus sẽ dùng hơi miệng Ngài mà hủy diệt nó" (2 Tê-sa-lô-ni-ca 2:8). "Mọi mắt sẽ thấy Ngài, cả những kẻ đã đâm Ngài; tất cả các bộ tộc

Nhìn thấy và Say mê Jêsus Christ

trên mặt đất đều sẽ than khóc vì cớ Ngài" (Khải huyền 1:7).

Nhưng sự vinh hiển trong ngày Chúa tái lâm cũng sẽ là sự cứu rỗi. "Đấng Christ…sẽ hiện ra lần thứ hai, không phải để cất tội đi nữa, nhưng để ban sự cứu rỗi cho kẻ chờ đợi Ngài" (Hê-bơ-rơ 9:28). Lúc "tiếng của thiên sứ lớn cùng tiếng kèn của Đức Chúa Trời,…những kẻ chết trong Đấng Christ, sẽ sống lại trước hết. Kế đến chúng ta là kẻ sống, mà còn ở lại, sẽ cùng nhau đều được cất lên với những người ấy giữa đám mây, tại nơi không trung mà gặp Chúa, như vậy chúng ta sẽ ở cùng Chúa luôn luôn" (1 Tê-sa-lô-ni-ca 4:16-17).

Ngài sẽ "biến hóa" thân thể thấp hèn của chúng ta trở nên giống như "thân thể vinh quang của Ngài, dùng quyền năng khiến muôn vật quy phục Ngài" (Phi-líp 3:21). "Trong giây phút, trong nháy mắt,… chúng ta đều sẽ biến hóa" (1 Cô-rinh-tô 15:52). "Ngài sẽ lau ráo hết nước mắt khỏi mắt chúng, sẽ không có sự chết, cũng không có than khóc, kêu ca, hay là đau đớn nữa; vì những sự thứ nhất đã qua rồi" (Khải huyền 21:4).

Có lẽ sự vinh hiển cao trọng nhất đó là Ngài sẽ bày tỏ ân điển của Ngài. Ngài không chia sẻ sự vinh hiển vốn xứng đáng thuộc về Ngài là Đấng ban phát ân điển cho ai cả. Sứ đồ Phi-e-rơ nói với chúng ta rất đơn giản rằng: "Vậy, anh em hãy chuẩn bị tâm trí, hãy tiết độ, đặt hi vọng hoàn toàn vào ân điển sẽ ban cho anh em khi Đức Chúa Jêsus Christ hiện ra" (1 Phi-e-rơ 1:13). Ân điển ấy sẽ trông như thế nào? Chúa Jêsus đã mô tả điều nầy bằng một ẩn dụ: "Phước cho những đầy tớ ấy, khi chủ về thấy họ thức canh! Quả thật, ta nói cùng các ngươi, chủ sẽ thắt lưng mình, cho đầy tớ ngồi bàn mình, và đến hầu việc họ" (Lu-ca 12:37). Đó là ân điển của Đức Chúa Trời trong vai trò "Người đầy tớ" – tức là Đấng ban cho – ngay cả trong cõi đời đời.

Trong bữa tiệc cuối cùng, Chúa Jêsus đã hỏi rằng: "Vì một người ngồi ăn với một người hầu việc, ai là lớn hơn? Có phải là kẻ ngồi ăn không? Nhưng ta ở giữa các ngươi như kẻ hầu việc vậy" (Lu-ca 22:27). Cũng vậy trong suốt cõi đời đời. Tại sao? Vì Đấng làm sự ban cho mới là Đấng xứng đáng được sự vinh hiển. Đấng Christ sẽ không bao giờ nhường lại vinh hiển của ân điển Ngài cho ai khác. "Ngài cũng chẳng dùng tay người ta hầu việc Ngài dường như có cần đến sự gì" (Công-vụ 17:25). Ngài đã tạo ra mọi thứ hầu cho những ai tiếp nhận hoa lợi của Ngài sẽ là những kẻ tán dương sự hào phóng của Ngài. Chúa sẽ dẫn đưa lịch sử đến thời điểm cuối cùng với tư cách là Đấng ban cho. Từ đầu đến cuối, mục tiêu của Ngài vẫn y nguyên: "để khen ngợi sự vinh hiển của ân điển Ngài" (Ê-phê-sô 1:6). Hãy đến, chúng ta cùng cúi xuống và thờ lạy. Hãy cùng nhau yêu mến sự hiện đến của Ngài. "Hiện nay mão triều thiên của sự công bình đã để dành cho ta; Chúa là quan án công bình, sẽ ban mão ấy cho ta trong ngày đó, không những cho ta mà thôi, nhưng cũng cho mọi kẻ yêu mến sự hiện đến của Ngài" (2 Ti-mô-thê 4:8).

Lời cầu nguyện

Lạy Cha, xin tha thứ cho chúng con vì chúng con có sự thờ ơ đối với sự trở lại của Con Ngài. Chúng con thiếu sự tỉnh thức để giữ cho ngọn đèn cháy mãi hoặc là không chuẩn bị đủ dầu để chờ Chàng rể đến. Chúng con đã mua một mảnh đất và ngắm nhìn nó. Chúng con đã mua bò và đắm mình trong việc hoan hô chiều cao và cân nặng của nó. Chúng con đã cưới một người vợ và ưa thích nàng hơn sự trở lại của Con Ngài. Chúa ơi, xin tha thứ cho chúng con. Chúng con xin ăn năn với Ngài vì sự bất kính mà chúng con bày tỏ trước mặt Ngài và đầy tớ của Ngài là Chúa Jêsus. Nhưng thưa Chúa, chúng con muốn được thay đổi. Chúng con cầu xin Ngài giúp đỡ. Xin khiến lòng con hướng về Đấng Christ. Xin mở mắt con để nhìn thấy sự vinh hiển của Đấng Christ. Xin khiến sự hiện đến của Đức Chúa Trời rất lớn và Cứu Chúa của chúng con trở thành "sự trông cậy hạnh phước" ở trong lòng của chúng con – là sự trông cậy đáng vui mừng, là sự trông cậy thật thỏa mãn. Xin hãy bẻ gãy thói nghiện ngập của chúng con dành cho thế gian nầy. Xin khiến chúng con hướng tâm trí của mình về những điều hiện có bên hữu của Ngài là nơi Chúa Jêsus đang ngồi. Xin hãy hành động ở trong chúng con theo như mạng lệnh mà sứ đồ Phi-e-rơ khuyên là "đặt hi vọng hoàn toàn vào ân điển sẽ ban cho anh em khi Đức Chúa Jêsus Christ hiện ra". Xin giải phóng chúng con khỏi những lo phiền đến từ việc lệ thuộc quá nhiều vào mọi thứ trong trần gian nầy. Xin hãy uốn nắn chúng con trở thành những kẻ dám liều lĩnh vì cớ tình yêu thương vì chúng con biết rằng thân thể hay chết nầy sẽ được mặc lấy sự bất tử và thân thể hèn mạt nầy sẽ được biến hoá thành giống như thân thể của Đấng Christ. Cha ơi, chúng con yêu Ngài. Chúng con yêu mến sự hiện đến của Con Ngài. Xin giúp chúng con sống bày tỏ sự trông cậy nầy bằng cách sống từ bỏ chính mình vì sự vinh hiển của ân điển Ngài. Trong danh Đức Chúa Jêsus Christ. A-men.

Lời kết

Làm thế nào chúng ta có được sự chắc chắn về Chúa Jêsus?

†

Vào giữa cuối thế kỷ gần đây, nhà văn người Anh tên là C.S. Lewis đã nói đúng một cách đáng ngờ rằng:

> *Người nào chỉ đơn thuần là một người bình thường nói những điều giống như Chúa Jêsus đã nói thì sẽ không phải là một giáo sư có phẩm chất lỗi lạc. Người đó có thể là một kẻ mất trí – ngang tầm với kẻ nói mình là quả trứng luộc – hoặc người đó là Quỷ vương của địa ngục. Bạn có thể bịt miệng Ngài vì tưởng đó là kẻ dại, bạn có thể nhổ vào mặt Ngài và giết Ngài đi vì tưởng đó là quỷ dữ; hoặc bạn có thể ném mình dưới chân Ngài và gọi Ngài là Chúa và là Đức Chúa Trời. Nhưng chúng ta đừng lại gần tỏ vẻ bề trên mà nói xằng bậy về Ngài chỉ là vị giáo sư lỗi lạc nào đó như loài người. Ngài không chừa chỗ trống để chúng ta điền vào như vậy. Ngài chẳng hề có ý định như thế bao giờ.*[1]

Nói cách khác, Chúa Jêsus không hề bị hoà lẫn với chúng ta. Vậy mà người ta vẫn cố tình làm thế. Dường như Con người nầy vẫn đang ảnh hưởng mọi người. Vì thế, chúng ta thường chọn lọc để cho thấy Ngài ở về phía chúng ta. Ở đâu cũng vậy, nếu có Chúa Jêsus ở về phía bạn thì đó là dấu hiệu tốt. Nhưng ấy không phải là Chúa Jêsus của phiên bản gốc, không có sự hòa lẫn và cũng chẳng hiệu chỉnh gì cả. Mà lại là Chúa Jêsus đã được hiệu đính lại sao cho phù hợp với tôn giáo hay thể chế chính trị hoặc là lối sống của chúng ta.

Khi tôi còn đi học ở Đức vào những năm 1970, tôi có xem qua một quyển sách tựa đề là *Jesus für Atheisten*,[2] bạn không cần phải dịch từ tiếng Đức đâu. Đó là quyển sách nói về cuộc đời của Chúa Jêsus. Trong sách ấy, những lời dạy dỗ của Chúa Jêsus là lời kêu gọi phải hành động thật quyết liệt chống lại chủ trương chính thức hoá nhà thờ. Đó là lời kêu gọi tận hiến tột cùng cho "vương quốc" – tức là xâm nhập vào xã hội mới lúc bấy giờ ở Đức.

Một điều lạ thường đó là giữa vòng những người không tin Chúa Jêsus là Chúa và Đức Chúa Trời, thì hầu như không có ai muốn nói xấu về Ngài cả. Điều nầy cũng đúng về những cây thánh giá: Chúng là những trang sức đẹp, nhưng chẳng ai muốn chết trên thập giá. Nhưng cây thánh giá mà mọi người muốn là những cái phù hợp với cuộc sống. Điều nầy cũng có lý, cho nên tin vào người nào chết trên thập tự giá là một điều nguy hiểm.

Chúng ta có thể biết Ngài của ngày nay một cách chính xác như ngày xưa được không? Làm thế nào để chúng ta biết về một người đã từng sống trên đất hai ngàn năm trước – là người đã tuyên bố sẽ sống lại từ cõi chết bằng sự sống bất diệt và hiện đang sống đến ngày hôm nay? Vài người nói rằng bạn

---

[1] C.S. Lewis, Chỉ đơn thuần là Cơ Đốc giáo (New York: Macmillan, 1952), tr.56.
[2] Milan Machove, *Jesus für Atheisten* (Stuttgart: Kreuz Verlag, 1972).

Lời kết

không thể biết được đâu. Họ nói rằng: Chúa Jêsus thật đã bị chôn vào lịch sử rồi, cho nên không hề có cách nào để biết Ngài được. Những người khác thì không hoài nghi đến vậy. Họ tin rằng những dữ kiện được ký thuật lại trong Kinh Thánh về cuộc đời của Chúa Jêsus là đáng tin, còn những người giải nghĩa vào thời kỳ ấy – giống như sứ đồ Phao-lô chẳng hạn – đều là những người chỉ đường đáng tin cậy hơn các nhà phê bình của ngày nay.

Nhưng làm thế nào bạn có thể chắc chắn rằng những gì Kinh Thánh mô tả về Chúa Jêsus là thật? Người ta đã tìm thấy hai con đường trong cuộc tìm kiếm nền tảng vững chắc để đặt lòng tin. Một là tìm kiếm lịch sử một cách cẩn thận để kiểm tra tính xác thực mà lịch sử đã ghi chép lại. Tôi đã đi vào con đường nầy trong suốt những năm ở trường đại học, trường thần học và khi còn dạy học. Mặc kệ những thách thức về niềm tin vào thời ấy, tôi không bao giờ mất lòng tin vào những tài liệu của Tân Ước nói về Chúa Jêsus. Ngày nay, có rất nhiều sách báo đưa ra những dẫn chứng thuyết phục – cả giới học giả và người nổi tiếng – ủng hộ về sự đáng tin nầy.[3]

Nhưng bây giờ, tôi là một mục sư chứ không phải là giảng viên cao đẳng nữa. Tôi vẫn đánh giá cao con đường nghiên cứu lịch sử của giới học giả. Kỳ thực, tôi thường lệ thuộc vào nó. Tuy nhiên, tôi nhanh chóng nhận ra rằng đại đa số mọi người trong thế giới nầy sẽ không có thời gian hay công cụ để tìm kiếm tất cả bằng chứng đáng tin về mặt lịch sử của Tân Ước. Nếu Chúa Jêsus là Con Đức Chúa Trời, nếu Ngài đã chịu chết thay cho tội nhân và đã sống lại từ cõi chết, nếu ý muốn của Đức Chúa Trời dành cho mọi người, hai ngàn năm

---

[3] F.F. Bruce, *Những tài liệu Tân Ước: Có đáng tin chăng?* (Downers Grove, IL: InterVarsity Press, 1984); Craig L. Blomberg, *Bằng chứng Lịch sử Đáng tin của Phúc âm* (Downers Grove, IL: InterVarsity Press, 1987); Paul Barnett, *Tân Ước có đáng tin chăng? Góc nhìn về bằng chứng lịch sử* (Downers Grove, IL: InterVarsity, 1993); Gregory A. Boyd, *Nhà hiền triết hay Con Đức*

sau đó, là có đức tin vững chắc, ngoài việc tìm kiếm trong lịch sử những bằng chứng chính xác mang tính học thuật, thì phải có một con đường khác để biết Chúa Jêsus là có thật.

Có một con đường khác. Đó là con đường mà tôi đã đi theo trong quyển sách nầy. Nó bắt đầu bằng cách thuyết phục rằng: lẽ thật thiên thượng tự làm chứng về mình. Thật vậy, nếu Đức Chúa Trời tự làm chứng về Con Ngài là Đức Chúa Jêsus Christ và cảm động nhiều người ghi chép lại sự mặc khải ấy trong Kinh Thánh, nhưng lại không cung ứng phương cách để người bình thường cũng có thể tìm biết được, thì đó là điều rất kỳ lạ. Nói đơn giản hơn, con đường phổ thông nhất để nhận biết sự thật chắc chắn về Chúa Jêsus đó là: Kinh Thánh đã bày tỏ Chúa Jêsus có một sự vinh hiển – tức là vẻ đẹp thuộc linh, sự siêu việt – có thể tự làm chứng rằng Ngài là có thật. Giống như nhìn thấy mặt trời thì biết rằng mặt trời phát ra ánh sáng chứ không phải tối tăm, hay là giống như nếm thử mật ong thì biết rằng mật ong có vị ngọt chứ không chua chát. Không cần đến một chuỗi lý luận từ phần mở bài đến phần kết luận. Có một sự hiểu biết trực tiếp nói lên Con người nầy là có thật và sự vinh hiển của Ngài là vinh hiển của Đức Chúa Trời.

Sứ đồ Phao-lô đã mô tả cách nhận biết Chúa Jêsus trong 2 Cô-rinh-tô 4:4-6:

Cho những kẻ chẳng tin mà chúa đời nầy đã làm mù lòng họ, hầu cho họ không trông thấy sự vinh hiển chói

---

Chúa Trời? Khôi phục lại sự thật về Chúa Jêsus trong thời đại của chủ nghĩa xét lại (Grand Rapids, MI: Baker Book House, 1995); Gary R. Habermas, Chúa Jêsus trong lịch sử: Bằng chứng cổ đại về cuộc đời của Đấng Christ (Joplin, MO: College Press Publishing Company, 1996); Michael J. Wilkins và James P. Moreland, eds., Sự phê bình Chúa Jêsus: Học giả hiện đại tái hư cấu về Chúa Jêsus trong lịch sử (Grand Rapids, MI: Zondervan Publishing House, 1996); Lee Strobel, Vụ việc về Đấng Christ: Điều tra nhiên cứu về Chúa Jêsus của một nhà báo (Grand Rapids, MI: Zondervan Publishing House, 1998).

Lời kết

lói của Tin lành Đấng Christ, là ảnh tượng của Đức Chúa Trời...Vì Đức Chúa Trời, – là Đấng có phán: Sự sáng phải soi từ trong sự tối tăm! – đã làm cho sự sáng Ngài chói lòa trong lòng chúng tôi, đặng sự thông biết về vinh hiển Đức Chúa Trời soi sáng nơi mặt Đức Chúa Jêsus Christ.

Hãy chú ý sứ đồ Phao-lô nói về sự soi sáng của Đức Chúa Trời trong lòng chúng ta (giống như buổi ban đầu của sự sáng tạo) để hiểu được "sự thông biết về vinh hiển Đức Chúa Trời soi sáng nơi mặt Đức Chúa Jêsus Christ". Ông đang nói về những người chưa bao giờ nhìn thấy Chúa Jêsus. Làm thế nào họ biết được Ngài và có sự chắc chắn về Ngài đây? Những gì họ "thấy" là những lời mô tả bằng lời về Chúa Jêsus trong Phúc âm, tức là qua sự dạy dỗ của các sứ đồ về Đấng Christ. Sứ đồ Phao-lô nói rằng chính sự mô tả nầy đã được Đức Chúa Trời dùng để soi sáng "trong lòng chúng ta", tức là bày tỏ cho chúng ta một cách rõ rệt – "vinh hiển Đức Chúa Trời soi sáng nơi mặt Đức Chúa Jêsus Christ", hay là "sự vinh hiển chói lói của Tin lành Đấng Christ, là ảnh tượng của Đức Chúa Trời".

Bạn có thể thấy hai điều làm cho con đường nầy trở nên rất khả thi. Một là sự thật về vinh hiển của Đức Chúa Jêsus Christ được bày tỏ cách rõ rệt qua Lời Kinh Thánh. Hai là Đức Chúa Trời làm cho những kẻ bị mù trong lòng được mở mắt ra để nhìn thấy sự vinh hiển nầy. Đây là điều rất khác so với việc Đức Chúa Trời "phán cùng chúng ta" rằng Kinh Thánh là thật. Đức Chúa Trời khiến chúng ta nhìn thấy sự thật là gì. Đây là sự khác biệt vô cùng quan trọng. Nếu Đức Chúa Trời phán nhỏ nhẹ vào lỗ tai của chúng ta, như cách Ngài đã làm, rằng Chúa Jêsus mà Kinh Thánh mô tả là thật, thì tiếng phán nhỏ nhẹ ấy sẽ có thẩm quyền tuyệt đối và mọi thứ đều phải lệ thuộc vào Lời phán ấy. Nhưng ấy không phải là con

Nhìn thấy và Say mê Jêsus Christ

đường mà tôi nhìn thấy trong Kinh Thánh cũng như không phải là con đường mà tôi đang noi theo. Nhưng chính Chúa Jêsus và những mô tả được Ngài cảm động trong Kinh Thánh mới là thẩm quyền tuyệt đối.

Tác động thực tiễn của con đường nầy đó là tôi không yêu cầu bạn phải cầu xin Chúa phán nhỏ nhẹ để cho bạn biết Chúa Jêsus có thật hay không. Mà tôi nài xin bạn hãy nhìn vào Chúa Jêsus trong Kinh Thánh. Hãy nhìn vào Chúa. Đừng nhắm mắt lại rồi hy vọng sẽ có một lời quả quyết nào đó phát ra. Hãy giữ cho đôi mắt của bạn mở to ra và làm đầy góc nhìn của mình bằng những Lời mô tả về Chúa Jêsus trong Kinh Thánh. Nếu bạn tin cậy Chúa Jêsus là Chúa và Đức Chúa Trời, thì ấy là vì bạn nhìn thấy sự thật về vinh hiển thiên thượng và sự siêu việt của Ngài.

Đôi khi con đường nầy được gọi là "Đức Thánh Linh làm chứng". Giáo lý vấn đáp cổ nói như thế nầy: "Thánh Linh của Đức Chúa Trời, nhờ và bởi Kinh Thánh mà làm chứng trong lòng người, là Đấng duy nhất thuyết phục rằng ấy là Lời của Đức Chúa Trời".[4] Phải lưu ý kỹ rằng Đức Thánh Linh thuyết phục "nhờ và bởi Kinh Thánh". Ngài không hề dùng những gì ngoài Kinh Thánh và thay thế những mặc khải riêng tư nào đó thay cho Kinh Thánh. Ngài cất đi sự mù lòa của kẻ thù và kẻ nổi loạn, rồi mở con mắt của lòng họ để nhìn thấy bằng chứng sáng láng về vẻ đẹp thiên thượng của Đấng Christ.

Do đó, điều tôi cố gắng làm trong quyển sách nầy đó là dùng những mô tả của Kinh Thánh để nói về Chúa Jêsus. Tôi không hề biện luận về mặt lịch sử. Người khác làm điều đó tốt hơn tôi, còn tôi thì lấy làm vui về công tác của họ.[5] Tôi cố gắng giữ mình trung tín với những gì Kinh Thánh nói về Đức Chúa Jêsus Christ. Văn chương của tôi có thể không hoàn hảo so với Kinh Thánh, nhưng tôi hy vọng khi bạn đọc xong mười ba chương nầy sẽ giống như soi tìm mười ba góc cạnh của

Lời kết

một viên ngọc quý. Chính Kinh Thánh mới có những mô tả uy quyền về viên ngọc quý là Đức Chúa Jêsus Christ. Tôi hy vọng bạn sẽ đi từ quyển sách nầy mà tìm đến Kinh Thánh. Đó là vì sao tôi đã ghi lại rất nhiều câu Kinh Thánh trong sách.

Tôi hy vọng quyển sách nầy sẽ là tài liệu hữu ích cho những người tin Chúa và chưa tin Chúa. Tôi cầu xin Chúa sử dụng quyển sách nầy để thức tỉnh những ai chưa tin Ngài để nhìn thấy sự uy quyền vĩ đại và vinh hiển của Đức Chúa Jêsus Christ. Tôi cầu nguyện rằng quyển sách nầy sẽ tăng thêm vị ngọt cho những ai tin Chúa đã nếm thử sự siêu việt của Đấng Christ khi họ nhìn thấy Ngài.

Như vậy, tựa đề sách sẽ trở thành sự thật: Nhìn thấy và Say mê Jêsus Christ. Khi chúng ta nhìn thấy Chúa Jêsus thật như chính Ngài, thì chúng ta sẽ say mê Ngài. Tức là, chúng ta sẽ vui mừng ở trong Ngài một cách thành thật, tuyệt vời và thỏa mãn. Đó là mục tiêu của tôi, vì sẽ có hai điều xảy ra khi bạn kinh nghiệm được Chúa Jêsus là ai: Ngài là Đấng đáng được tôn kính, còn chúng ta được tự do để bước đi trên con đường hẹp của tình yêu thương một cách vui sướng. Đấng Christ được vinh hiển nhất trong chúng ta khi chúng ta được thỏa mãn nhất ở trong Ngài. Khi chúng ta được thỏa mãn ở trong Ngài, thì chúng ta được đóng định bản ngã của mình với thế

---

[4] Giáo lý vấn đáp mở rộng của Westminster, Câu hỏi bốn. John Cavin mô tả "Đức Thánh Linh làm chứng" như thế nầy: "Lời chứng của Đức Thánh Linh là trổi hơn mọi lý luận. Vì chỉ có Đức Chúa Trời mới có thể làm chứng về chính Ngài trong Lời Ngài, Lời Chúa không bao giờ tìm được sự chấp thuận trong lòng người trừ khi Đức Thánh Linh làm chứng trong lòng bằng cách đóng ấn của Ngài. Cũng chính Đức Thánh Linh là Đấng đã dùng môi miệng của các tiên tri phán vào lòng của con người hầu cho chúng ta biết rằng họ đã tuyên bố có cách trung tín những gì đã được truyền lại... bởi vì nếu Ngài không soi sáng tâm trí của họ, thì họ vẫn còn lưỡng lự trong sự nghi ngờ!" (Thể chế Cơ Đốc giáo, I, vii, 4, ed. John T.McNeill [Philadelphia: The Westminster Press, 1960], tr.79). "Thật vậy, Kinh Thánh phơi bày những bằng chứng rõ rệt về lẽ thật giống như hai màu trắng đen khác nhau, hay là giống như hai vị ngọt đắng khác nhau". (Học viện, I, vii, 2, tr.76).

gian. Như vậy thì việc nhìn thấy và say mê Chúa Jêsus sẽ làm tăng thêm sự hiện diện của Ngài trong thế giới nầy bội phần. Như sứ đồ Phao-lô đã nói rằng: "Tất cả chúng ta đều để mặt trần chiêm ngưỡng vinh quang Chúa, được biến đổi trở nên giống như hình ảnh Ngài, từ vinh quang đến vinh quang; vì điều nầy đến từ Chúa là Thánh Linh" (2 Cô-rinh-tô 3:18). Từ chiêm ngưỡng đến biến đổi. Nhìn thấy Đấng Christ sẽ cứu rỗi chúng ta và khiến chúng ta được nên thánh.

Vậy thì, như sứ đồ Phao-lô nói rằng: "điều nầy đến từ Chúa là Thánh Linh", tôi đã kết luận bằng lời cầu nguyện ở mỗi chương. Công tác của Đức Thánh Linh trong đời sống của chúng ta là rất thiết yếu. Còn Chúa Jêsus đã phán rằng: "Vậy nếu các ngươi là người xấu, còn biết cho con cái mình vật tốt thay, huống chi Cha các ngươi ở trên trời lại chẳng ban Đức Thánh Linh cho người xin Ngài!" (Lu-ca 11:13). Tôi muốn cùng với những độc giả nghiêm túc cầu xin Đức Thánh Linh hành động trong đời sống của chúng ta nhiều hơn và trọn vẹn hơn nữa. Khi chúng ta chiêm ngưỡng Chúa Jêsus, nguyện Ngài giúp chúng ta nhìn thấy và say mê "vinh hiển Đức Chúa Trời soi sáng nơi mặt Đức Chúa Jêsus Christ" (2 Cô-rinh-tô 4:6).

Tôi mời bạn dự phần vào cuộc tìm kiếm niềm vui bền vững, đời đời và chan chứa tình yêu thương nầy. Mọi thứ đang rơi vào trạng thái nguy kịch. Không còn gì quan trọng hơn trong đời nầy bằng việc nhìn thấy Chúa Jêsus thật như chính Ngài và say mê những gì chúng ta nhìn thấy được ở Ngài hơn mọi sự.

---

[5] Xem ghi chú 3.

Tác giả

 John Piper là người sáng lập tổ chức desiringGod.org, ông cũng là hiệu trưởng danh dự của Trường Cao đẳng & Chủng viện Bethlehem tại thành phố Minneapolis, thuộc tiểu bang Minnesota. Ông đã từng làm mục sư quản nhiệm Hội thánh Báp-tít Bethlehem trong vòng 33 năm và cũng là tác giả của hơn 50 tựa sách. Những bài giảng và các bài viết ngắn của ông hơn 30 năm qua hiện có sẵn tại desiringGod.org.

Mục vụ Tiên Phong

Mục vụ Tiên Phong "chuyển ngữ và xuất bản tài liệu Cơ Đốc để rao truyền sự vinh hiển của Đức Chúa Trời vì sự vui mừng của người Việt, đặc biệt là qua sự chịu khổ, trong Đức Chúa Jêsus Christ".

Tài liệu Cơ Đốc nầy không thể thay thế Lời Chúa và những tài liệu của Hội thánh mà quý con cái Chúa đang nhóm lại hàng tuần. Chúng tôi chỉ mong con cái Chúa sử dụng các tài liệu nầy để bày tỏ Phúc âm của Đức Chúa Jêsus Christ cho gia đình, người thân, bạn bè và cộng đồng xung quanh.

Nếu bạn muốn biết làm thế nào để dâng hiến, hỗ trợ và nhận tin tức về các tựa sách khác mà Mục vụ Tiên Phong đang chuyển ngữ, xin hãy liên hệ chúng tôi bằng thư điện tử info@tienphong.org hoặc bạn có thể tìm đến trang điện tử www.tienphong.org để tải về và đọc các tài liệu miễn phí.

Chúng tôi chân thành biết ơn các anh chị em con cái Chúa đã tin tưởng hỗ trợ các dự án tài liệu Cơ Đốc cho người Việt của Mục vụ Tiên Phong.

Xin Chúa dẫn dắt,

Mục vụ Tiên Phong

www.ingramcontent.com/pod-product-compliance
Lightning Source LLC
Chambersburg PA
CBHW021427070526
44577CB00001B/95